INSIGHT PUBLICA®

INSIGHT PUBLICA®
Nadakkavu, Kozhikode, Kerala
Tel:0495–4020666
www.insightpublica.com
e-mail: insightpublica@gmail.com
**Poothulanjangane Vadathe Nilkkatte**
***K.V. Nadeer***
(Malayalam -Study)
First Edition: September 2020

ISBN 978-93-90404-25-4

# പൂത്തുലഞ്ഞങ്ങനെ വാടാതെ നിൽക്കട്ടെ

കെ വി നദീർ

INSIGHT PUBLICA ®

മാധ്യമ പ്രവർത്തകൻ, എഴുത്തുകാരൻ.

പി അബ്ദുൽ കാസിമിന്റെയും കെ വി ലൈലയുടേയും മകനായി മലപ്പുറം ജില്ലയിലെ പൊന്നാനിയിൽ ജനനം.

ഒന്നര പതിറ്റാണ്ടിലേറെയായി മാധ്യമ പ്രവർത്തനരംഗത്ത് സജീവം. വർത്തമാനം ദിനപത്രം, കേരളകൗമുദി എന്നിവയിൽ ലേഖകനായും പൊന്നാനിയിൽ നിന്ന് പ്രസിദ്ധീകരിച്ചിരുന്ന ദി മിറർ മലബാറിൽ പത്രാധിപരായും പ്രവർത്തിച്ചു.

കാഴ്ച്ചകളുടെ ചുറ്റുവട്ടം, സംഭവിച്ചത് അത്രയുമല്ല, ഇനിയും പറയാനുണ്ട്, മനുഷ്യന്‌വേണ്ടി ഒരു വക്കാലത്ത് എന്നീ പുസ്തകങ്ങൾ പ്രസിദ്ധീകരിച്ചു.

മാധ്യമ പ്രവർത്തന രംഗത്തെ മികവിന് ഗൗരി ലങ്കേഷ് പ്രത്യേക മാധ്യമ പുരസ്കാരം, ശാന്തദേവി പുരസ്കാരം, മലപ്പുറം പ്രസ് ക്ലബ് അവാർഡ്, ഗദ്രിക പ്രത്യേക മാധ്യമ പുരസ്കാരം, കെ കെ രാജീവൻ സ്മാരക മാധ്യമ പുരസ്കാരം, എം എ ഹംസ സ്മാരക മാധ്യമ അവാർഡ്, സി എച്ച് സെന്റർ സ്പെക്ട്ര മാധ്യമ അവാർഡ് എന്നിവ ലഭിച്ചിട്ടുണ്ട്.

അധ്യാപികയായ പി കെ ഷഹീലയാണ് ഭാര്യ.

നിയ നസ്റിൻ, അബാൻ അബ്ദുല്ല, അലൻ അബ്ദുല്ല മക്കളാണ്.

Email: kvnadeer.ponnani@gmail.com

whatsapp: 9947247047

**കെ വി നദീർ**

# ആമുഖം

കുഞ്ഞുകുഞ്ഞു കാര്യങ്ങളാണ് ഇതിലുള്ളതൊക്കെയും. മനുഷ്യനോട് ചേരുമ്പോൾ മഹാകാര്യങ്ങളായി വളരുന്നവ. മനുഷ്യനെന്നത് സുന്ദര നാമമാകുന്നത് എന്തുകൊണ്ടാണൊ അതൊക്കെയാണ് ഇതിലുള്ളത്. ഈർപ്പമുള്ള മനസ്സുകളിൽ നിന്ന് പ്രവഹിക്കുന്ന ചില കൊച്ചു വർത്തമാനങ്ങൾ.

മനുഷ്യനെന്ന ആകാരത്തെ തിളക്കമുള്ളതാക്കുന്ന ചില ചെപ്പടി വിദ്യകളുടെ പങ്കുവെക്കലാണിത്.

അറിഞ്ഞും അനുഭവിച്ചും ശീലമുള്ളതിൽ പലതും വീണ്ടും അനുഭവിക്കാൻ കൊതിപ്പിക്കും. സ്നേഹവും ഇഷ്ടവും കാരുണ്യവും കരുതലും അവയിൽ ചിലതാണ്. മിടിപ്പുള്ള ഹൃദയങ്ങൾ പരസ്പരം പങ്കുവെക്കുന്ന മഹാസൗഗന്ധികങ്ങളാണിവ. കൊതിതീരാതെ എന്നും കൊതിക്കുന്നവ.

ഒരാൾ മറ്റൊരാളിൽ നിന്ന് കാത്തിരിക്കുന്ന ചിലതുണ്ട്. എടുത്താൽ പൊങ്ങാത്തതൊ, വലിയ ചിലവുള്ളതൊ ഒന്നുമല്ല അത്. എല്ലാവരുടേയും ഉള്ളിൽ കുത്തിനിറക്കപ്പെട്ട ചിലത് മാത്രമാണത്.

സൗമ്യമായൊരു പുഞ്ചിരി, ഹൃദയം തൊട്ടൊരു നോട്ടം, കൂടെയുണ്ടെന്ന ഉറപ്പ്, കൈവലയത്തിലേക്കൊരു ചേർത്തു പിടിക്കൽ, കുളിർ മഴയായി മാറുന്ന കുഞ്ഞു വാക്കുകൾ... ഇത്രയൊക്കെയെയുള്ളൂ.

മുഖത്തോട്ടു മുഖം നോക്കി, തോളിലൊന്ന് തൊട്ട്, സാരമല്ലെടൊ എന്നുപറഞ്ഞാൽ തീരാത്ത ഒരു പിണക്കവുമില്ല. ഇണക്കത്തിന്റെ സമവാക്യങ്ങൾ ഇത്രമേൽ ലളിതമായിരുന്നിട്ടും പിണക്കത്തിന്റെ സങ്കീർണ്ണതകളെയാണ് നമ്മൾ തേടാറുള്ളത്. മനുഷ്യരെ ചേർത്തു പിടിക്കാനുള്ള സമവാക്യങ്ങളെ കൂടെ കൂട്ടിയവരുടേതാണ് ഈ ലോകം. അവർ പ്രയോഗിച്ച സമവാക്യങ്ങളെ അന്വേഷിക്കുകയാണിവിടെ...

നിങ്ങൾക്കും കൂടെ ചേരാം.

ഇഷ്ടത്തോടെ...

**കെ വി നദീർ**

## ഉള്ളടക്കം


കാരുണ്യം പെയ്യുന്ന ആകാശം....9
പുഞ്ചിരിയിൽ പെയ്യുന്ന പുണ്യം....12
പച്ചപ്പിൽ പൂക്കുന്ന പ്രണയം....14
ഭംഗിയെ തിരഞ്ഞ് സൗന്ദര്യത്തെ കാണാത്തവർ.... 16
പള്ളികൾ എല്ലാവർക്കുമായി തുറന്നിടട്ടെ....18
അവർ അധ്യാപകർ... ഹൃദയം കൊണ്ട് പഠിപ്പിക്കുന്നവർ.... 21
ഞങ്ങളും നിങ്ങളുമല്ല. നമ്മളാണ്....24
എവിടെയാണ് സ്നേഹം ഉപേക്ഷിക്കപ്പെട്ടത്....27
"നീ വരുമെന്ന് എനിക്കറിയാമായിരുന്നു" ....30
ദൈവത്തിനു വേണ്ടി ചില സുന്ദര കാര്യങ്ങൾ....32
ജീവിതം; ചില പ്രേരണകളുടേതാണ്....35
കാരുണ്യത്തിന്റെ ഹൃദയതാളം നിലക്കുമ്പോൾ സംഭവിക്കുന്നത്...?38
കാരുണ്യത്തിന്റെ സ്നേഹത്താക്കോൽ.... 42
സ്വയം പൊട്ടിത്തെറിച്ച് സ്വർഗ്ഗം തേടുന്നവരോട്.... 44
മതത്തിന് ആത്മീയതയോട് പറയാനുള്ളത്.... 47
മനസ്സിനോട് വർത്തമാനം പറയുന്നവർ.... 50
ജീവിതയാത്രയിലെ ചുമടുതാങ്ങികൾ.... 52
നൂലുണ്ടയിൽ തിരിയുന്ന ഇഴയടുപ്പങ്ങൾ....54
അവർക്കു മുന്നിൽ കണ്ണുകൾ തുറന്നുവെക്കാം....57
പൂന്തുലഞ്ഞങ്ങനെ വാടാതെ നില്ക്കട്ടെ.... 60
മണ്ണാങ്കട്ടയും കരിയിലയുമാകാം....62
ജീവിതം ജീവിച്ചു തീർക്കേണ്ടതൊ....64
ദൈവം പ്രണയമാണ്... ഭക്തി പ്രേമോന്മാദവും....66
ഇഷ്ടത്തെ പ്രണയിക്കുന്ന സ്നേഹം....68
മാതൃത്വമെന്ന സ്നേഹരാജ്യം....70
കലാപത്തെ തോൽപ്പിച്ച മനുഷ്യർ....73
നിങ്ങളുടെ കണ്ണുകളിലൂടെ ഞാനൊന്ന് കാണട്ടെ.... 77
മനുഷ്യന്റെ നിറമെന്ത്...?....79
ജനം എല്ലാം കാണുന്നുണ്ട്....83
ആകാശം ഭൂമിയെ പ്രണയിച്ചപ്പോൾ....87
വെറുപ്പിന്റെ കാലത്ത് നമ്മൾ ചെയ്യേണ്ടത്....92

## കാരുണ്യം പെയ്യുന്ന ആകാശം

"ബദാം മരത്തോട് ഞാൻ പറഞ്ഞു:
ദൈവത്തെക്കുറിച്ച്
എന്നോട് സംസാരിക്കാമോ?
അന്നേരം ഒരിക്കലും ഉണ്ടായിട്ടില്ലാത്തവിധം
മരം തളിർത്ത് പൂത്തുലഞ്ഞു..."
നിക്കോസ് കസാന്ത്സാക്കീസിന്റെ വാക്കുകളാണിത്.

ഹൃദയം നുറുങ്ങുന്ന സങ്കടം
നിങ്ങൾക്കുണ്ടായിട്ടുണ്ടോ.
അന്നേരം ഒറ്റക്കിരുന്ന്
കണ്ണീർ പൊഴിച്ചിട്ടുണ്ടോ.
എല്ലാം ദൈവത്തോട്
ഏറ്റുപറഞ്ഞിട്ടുണ്ടോ.
അതിനിപ്പുറം ആരെങ്കിലും ദൈവത്തെ
കുറിച്ച് നിങ്ങളോട് ചോദിച്ചിട്ടുണ്ടോ.
എങ്കിൽ ഉത്തരമായി ഞാനും
നിങ്ങളും പൂത്തുലയും.
അത്രമേൽ നിറമുള്ള
ചെങ്ങാത്തത്തെ കുറിച്ച് വാചാലമാകും.
എന്നും കൂട്ടായി ഒപ്പമുള്ള
ഹൃദ്യമായ സൗഹൃദമാണ്
ദൈവമെന്ന് ആവർത്തിച്ച് പറയും.
സങ്കടം സൃഷ്ടിക്കുന്ന
ഒറ്റപ്പെടലിന്റെ തുരുത്തിൽ
നമ്മൾ തിരിച്ചറിയുന്ന
സ്നേഹമാണ് ദൈവം.
എന്തിനും ഏതിനും നമ്മൾക്കൊപ്പമുണ്ടെന്ന്

പലവട്ടം പറയുന്നുണ്ട് ദൈവം.
സന്തോഷത്തിന്റെ, സംതൃപ്തിയുടെ
ഓട്ടപ്പാച്ചിലിൽ നമ്മളത്
അറിയാറില്ല.
പങ്കിടാൻ മറ്റു പലരുമായിരുന്നു
നമുക്കൊപ്പമുണ്ടായിരുന്നത്.
എല്ലാവരും കൂടെയുണ്ടായിട്ടും
നീങ്ങിപ്പോകാത്ത ചില വിങ്ങലുകളുണ്ട്.
ആരുടെയൊക്കെ ചെവികളിൽ പറഞ്ഞാലും
ബാക്കിയുണ്ടെന്ന് തോന്നുന്ന ചിലത്.
പറഞ്ഞു തീർക്കാൻ മനസ്സ്
വെമ്പൽ കൊള്ളുന്ന ഇടമാണ് ദൈവം.
കണ്ണീരായി ഒലിച്ചിറങ്ങും ആ പറച്ചിലുകൾ.
തളം കെട്ടി നിൽക്കുന്നതൊക്കെയും
ഇടതടവില്ലാതെ ഒഴുകിത്തീരും.
നിശബ്ദതയുടെ ഏകാന്തയിൽ
ചേർത്തു പിടിക്കുന്ന സ്നേഹസ്പർശമാണത്.
ഇനിയും പറയൂ...
കേൾക്കാൻ ഞാനുണ്ടെന്ന് പറഞ്ഞുകൊണ്ടിരിക്കും.
സങ്കടം ആശ്വാസമായി പടരുമ്പോൾ
വാചാലരാകും നമ്മൾ.
കണ്ണീരായി ഒലിച്ചിറങ്ങിയ സങ്കടത്തിന്
പകരം ആശ്വാസം വാരിപ്പുണരും.
പറഞ്ഞൊഴിയുമ്പോൾ പകരമായി
കിട്ടുന്ന ആശ്വാസത്തിന്റെ പേരാണ് ദൈവം.
തന്നെ കുറിച്ചുള്ള സ്മരണകൾകൊണ്ട്
മനസ്സുകൾ ശാന്തമാക്കാമെന്നത്
ദൈവത്തിന്റെ ഉറപ്പാണ്.
സന്തോഷങ്ങളിൽ അത്തരം
ഓർമ്മകളെ നമ്മൾ കൂട്ടിലടക്കുന്നു.
സന്താപങ്ങളിൽ ആ സ്മരണകൾ ചികഞ്ഞെടുക്കുന്നു.
അന്ന് മറന്നതെന്തെയെന്ന്
ചോദിക്കാതെ ഒപ്പം ചേരുന്നു.
കൂടെയുണ്ടെന്ന ഉറപ്പ് നമ്മിലേക്ക് വെക്കുന്നു.
വിശ്വാസത്തിൽ നിന്ന് ഉറപ്പിലേക്കുള്ള
മാറ്റമാണ് ദൈവത്തിന്റെ സൗന്ദര്യം.
കൂടെ നിൽക്കേണ്ടവരൊക്കെ കയ്യൊഴിയുമ്പോഴും
എന്നെ കാക്കാൻ ദൈവം മതിയായവനാണെന്ന
ഉറപ്പിനെ കൂടെ കൂട്ടിയവരുണ്ട്.

അവർ തീകുണ്ഡങ്ങളെ
തണുപ്പാക്കി മാറ്റിയവരാണ്.
മുന്നിൽ കടലും പിന്നിൽ ശത്രുവും
നിലയുറപ്പിച്ചിട്ടും വഴികൾ തുറക്കുമെന്ന്
ഉറപ്പിച്ചവരാണ്.
ഒറ്റപ്പെടുന്നിടത്ത് രണ്ടാമനായി
അവനുണ്ടെന്നത് ആശ്വാസത്തോടൊപ്പം കരുത്താണ്.
വാതിലുകളെല്ലാം കൊട്ടിയടക്കപ്പെടുമ്പോൾ
ഇനിയെന്തെന്ന ചിന്തയിൽ തെളിയുന്നത്
പ്രതീക്ഷയാണ്.
പാപങ്ങൾക്കൊണ്ട് മൂടിയ ജീവിതത്തെ
തെളിമയോടെ കഴുകികളയാവുന്നതെന്തും
പ്രത്യാശയാണ്.
ദുരിതങ്ങൾക്കൊക്കെയും അറുതിയുണ്ടെന്ന
ഉറപ്പ് നിർവൃതിയാണ്.
ഇരുട്ടിലേക്ക് അവസാനിപ്പിക്കാതെ
വെളിച്ചത്തിലേക്കുള്ള വഴി തുറന്നിടുന്ന
കാരുണ്യത്തിന്റെ നാമമാണ് ദൈവം.
കാരുണ്യവാനും കരുണയുടെ നിധിയുമായുള്ളവൻ.
അകലങ്ങളിൽ നിൽക്കുന്ന എന്തൊ ഒന്നല്ല അത്.
അടുക്കാൻ നമ്മോട് ആവശ്യപ്പെടുന്നവൻ.
ഒരു ചാണിന് ഒരു മുഴമായി അടുത്തെത്തുന്നവൻ.
ജീവനാഡിയോളമാണ് സാമീപ്യം.
ശിക്ഷിക്കാനല്ല രക്ഷിക്കാനാണിഷ്ടം.
വീഴ്ച്ചകളൊക്കെയും പൊറുത്തുതരാൻ
കാത്തുകെട്ടിയിരിക്കുന്നവൻ.
സ്നേഹത്തിന്റെ അലകടലായി അറിയേണ്ടതാണത്.
ഭൂതക്കണ്ണാടിയിലൂടെ വീഴ്ച്ചകളെ തിരഞ്ഞ്
ഇരുമ്പുദണ്ഡുമായി ശിക്ഷിക്കാനിരിക്കുന്ന
നിയമപാലകനല്ല സ്രഷ്ടാവായ ദൈവം.
അകൽച്ചയുടെ പ്രത്യയശാസ്ത്രത്തെ ദൈവനാമത്തിൽ
അവതരിപ്പിക്കുന്നവർ അറിയട്ടെ.
ദൈവം സകല മനുഷ്യരുടേതുമാണെന്ന്.
എല്ലാവരുടേയും ദൈവമാണ്
പ്രപഞ്ചത്തിന്റെ നാഥനെന്ന്.
മനുഷ്യരോടാണ് ദൈവത്തിന് പറയാനുള്ളതെന്ന്.

## പുഞ്ചിരിയിൽ പെയ്യുന്ന പുണ്യം

മംഗലാപുരം ഉഡിനഹള്ളി സ്വദേശി അബ്ദുറഹിമാനെയും ഭാര്യയേയും അങ്ങനെ ചെയ്യാൻ പ്രേരിപ്പിച്ചിട്ടുണ്ടാവുക എന്തായിരിക്കും. അവരുടെ ജീവിതാഭിലാഷമാണ് മാറ്റിവെച്ചത്. കൂലിപ്പണിക്കാരനായ അബ്ദുറഹിമാനും ബീഡിത്തൊഴിലാളിയായ ഭാര്യക്കും ഇനിയത് സാധിക്കുമെന്ന് യാതൊരു ഉറപ്പുമില്ല. എന്നിട്ടും പരിശുദ്ധ ഹജ്ജ് കർമ്മത്തിനായി മാറ്റിവെച്ച പണം ചുറ്റുമുള്ളവരുടെ പട്ടിണിയകറ്റാൻ ചിലവഴിക്കാൻ തീരുമാനിച്ചതിനു പിന്നിൽ അവരെ നിർബന്ധിതമാക്കിയ ഘടകമെന്തായിരിക്കും.

വയറ് മുറുക്കിയുടുത്തും ജീവിത വിഭവങ്ങൾ വെട്ടിച്ചുരുക്കിയും ഹജ്ജിനായി സ്വരുക്കൂട്ടിയതാണ് അവർ ചുറ്റുമുള്ളവർക്കായി ചില വഴിച്ചത്. കോവിഡ് എന്ന മഹാമാരി ആകസ്മികമായുണ്ടാക്കിയ പട്ടിണിയെ അകറ്റുന്നതിനേക്കാൾ നന്മ ആ രണ്ടു മനുഷ്യർ ഹജ്ജ് എന്ന പുണ്യകർമ്മത്തിൽ കണ്ടില്ലെന്നതാണ് അവരെ തങ്ങളുടെ ജീവിതാഭിലാഷം മാറ്റിവെക്കാൻ പ്രേരിപ്പിച്ചിട്ടുണ്ടാവുക. ഹജ്ജിനേക്കാൾ ദൈവപ്രീതി മനുഷ്യന്റെ പട്ടിണിയകറ്റുന്നതിനാണെന്ന് ആ മനുഷ്യൻ തിരിച്ചറിഞ്ഞിരുന്നുവെന്ന് ചുരുക്കം. അയൽവാസി പട്ടിണി കിടക്കുമ്പോൾ കൈ നിറയെ പണവുമായിരിക്കുന്നവൻ മതത്തിന്റെ ഭാഗമല്ലെന്ന് തിരിച്ചറിഞ്ഞിരുന്നുവെന്ന് സാരം.

നമുക്ക് ഏറ്റവും പ്രിയപ്പെട്ടത് മറ്റുള്ളവർക്കു വേണ്ടി ചിലവഴിക്കാൻ തയാറാകുമ്പോഴാണ് വിശ്വാസിയുടെ സൗന്ദര്യം പ്രകടമാകുകയെന്ന് മതം പഠിപ്പിക്കുന്നുണ്ട്. സാമൂഹ്യതയെന്നത് മനുഷ്യന്റെ സൗന്ദര്യമാണ്. മനുഷ്യൻ മനുഷ്യനുവേണ്ടിയാകുമ്പോൾ പ്രകടമാകുന്നതാണ്. ചുറ്റുമുള്ളവരുടെ പ്രയാസങ്ങളിൽ താങ്ങാകാൻ കഴിയുന്നിടത്താണ് ഏതൊരു പ്രവൃത്തിയും പുണ്യകരമാകുന്നത്. മറ്റുള്ളവരുടെ മുഖത്ത് പുഞ്ചിരി പടർത്താൻ കാരണമാകുന്നതിനേക്കാൾ വലിയ നന്മ മനുഷ്യന് മനുഷ്യനു വേണ്ടി ചെയ്യാനില്ല.

മതത്തിന്റെ താൽപര്യവും അങ്ങനെ തന്നെയാണ്.

വിശുദ്ധ ഖുർആനിലെ 107-ാം അധ്യായം ഇപ്രകാരമാണ്. 'മതത്തെ വ്യാജമാക്കുന്നവൻ ആരെന്ന് നീ കണ്ടുവോ ? അനാഥ കുട്ടിയെ തള്ളിക്കളയുന്നവരത്രെ അത്. പാവപ്പെട്ടവന്റെ ഭക്ഷണ കാര്യത്തിൽ പ്രോത്സാഹനം നടത്താതിരിക്കുകയും ചെയ്യുന്നവൻ. നമസ്കാരക്കാർക്കാകുന്നു നാശം. തങ്ങളുടെ നമസ്കാരത്തെ പറ്റി ശ്രദ്ധയില്ലാത്തവരാണവർ. ജനങ്ങളെ കാണിക്കാൻ വേണ്ടി പ്രവൃത്തിക്കുന്നവരും പരോപകാര വസ്തുക്കൾ മുടക്കുന്നവരുമായവർ.' മനുഷ്യരോടുള്ള സഹവർത്തിത്വ കാര്യത്തിൽ മതത്തിന്റെ നിലപാടാണിത്. ഹജ്ജിന് സ്വരൂപിച്ച പണം ചുറ്റുമുള്ളവരുടെ പട്ടിണിയകറ്റാൻ മംഗലാപുരത്തെ അബ്ദുറഹിമാൻ ചിലവഴിച്ചതിന് പിന്നിലെ പ്രേരണയെന്തെന്നതിന്റെ ഉത്തരവുമാണിത്.

അയൽവാസി പട്ടിണി കിടക്കുമ്പോൾ വയറുനിറച്ചുണ്ണുന്നവൻ തന്റെ കൂട്ടത്തിലല്ലെന്ന് മുഹമ്മദ് നബിക്ക് പഠിപ്പിക്കേണ്ടി വന്നത് സ്വയം അനുഭവിച്ചറിഞ്ഞ വിശപ്പിന്റെ തീവ്രതയിൽ നിന്നായിരുന്നു. വയറ് നിറയുമ്പോൾ മുഖത്ത് വിരിയുന്ന പുഞ്ചിരിയേക്കാൾ സുന്ദരമായൊരു കാഴ്ച്ചയും മനുഷ്യനിൽ നിന്ന് കാണാനാകില്ല. സുഭിക്ഷതയിൽ കഴിയുന്ന നമുക്ക് ആ സൗന്ദര്യത്തെ ഉൾകൊള്ളാനാകണമെന്നില്ല. പട്ടിണി കിടന്നവനുമാത്രം അറിയുന്നതാണ് വിശപ്പിന്റെ തീവ്രത. മനുഷ്യനിലെ പുഞ്ചിരിയെ സാധ്യമാക്കുന്നതാണ് മതം. മറ്റുള്ളവരുടെ മുഖത്ത് പുഞ്ചിരി വിടർത്തുന്നത് പുണ്യവും

●

# പച്ചപ്പിൽ പൂക്കുന്ന പ്രണയം

*"പ്രേമമില്ലെങ്കിൽ ആകാശം ചുരത്തുന്ന*
*മുലപ്പാലിന് പരിശുദ്ധിയില്ല.*
*സൂര്യൻ സ്നേഹിക്കുന്നില്ലെങ്കിൽ*
*കിരണങ്ങൾക്ക് വെളിച്ചമില്ല.*
*താഴ്‌വരകളും കുന്നുകളും*
*പ്രണയബദ്ധരായാലേ*
*മണ്ണിൽ പുൽമേട്ടുകൾ നൃത്തമാടൂ."*

ജലാലുദ്ദീൻ റൂമിയുടെ വരികളാണിത്.

കൂടിച്ചേരൽ സാധ്യമാക്കുന്നത് പ്രകൃതിയുടെ കളങ്കമില്ലാത്ത ഇഴയടുപ്പമാണ്. ഒന്ന് മറ്റൊന്നിനു മേൽ ചേർന്നു നിൽക്കുമ്പോഴുണ്ടാകുന്ന ബന്ധത്തിന്റെ ഊഷ്മളതയാണ് പ്രണയം. അതിലൂടെ പുറത്തുവരുന്നത് സുഗന്ധമായിരിക്കും.ഒറ്റയെന്നത് പ്രകൃതിയല്ലെന്ന് ബോധ്യപ്പെടുത്തുന്നുണ്ട്. കൂടിച്ചേരലിനെ മധുരതരമാക്കുന്ന രാസത്വരകമാണത്. പ്രേമമില്ലാതെ ഒരു വിശുദ്ധിയും ഉൽപാദിപ്പിക്കപ്പെടുന്നില്ല. തെളിച്ചം പരത്തുക സ്നേഹ പ്രസരണത്തിലായിരിക്കും. ബന്ധങ്ങളിൽ പച്ചപ്പ് തളിർക്കണമെങ്കിൽ പ്രണയം നനവാകണം.

ചുട്ടുപൊള്ളുന്ന വെയിൽ നൽകുന്ന പ്രകാശം പൊൻകിരണമാകുന്നത് വെളിച്ചത്തോടുള്ള പ്രണയത്തിൽ നിന്നാണ്. പരുക്കമായതിനെ മുലപ്പാൽ പോലെ നൈർമല്ല്യമാക്കാൻ ശേഷിയുണ്ട് സ്നേഹത്തിന്.നിർവ്വികാരമായതിനെ പച്ചപ്പിന്റെ സൗന്ദര്യത്തിലേക്ക് പട്ടണിയിക്കുന്നത് ചേരുവയായെത്തുന്ന പ്രേമമാണ്. പ്രണയമില്ലാത്ത കാഴ്ച്ചകളിൽ നിറങ്ങൾ കാണില്ല. കറുപ്പിനും വെളുപ്പിനുമപ്പുറത്ത് ഒരൊറ്റ വർണ്ണവും അവിടെ ചാർത്തപ്പെടില്ല. ഊഷരമായ ഭൂമിയെ ഹരിതാഭമാക്കുന്നത് മണ്ണിന്റെ പ്രണയാർദ്രതയാണ്.

പ്രകൃതിയെയാണ് പ്രണയിക്കേണ്ടത്. പച്ചനിറമായി ചുരുങ്ങുന്നതല്ല പച്ചപ്പ്.ജീവനുള്ളതൊക്കെയും പ്രകൃതിയാണ്. പ്രണയം സാധ്യമാകേണ്ടത് അതിനോടെല്ലാമാണ്. ആകാശം ഭൂമിയിലുള്ളതിനെയൊക്കെ പ്രണയിക്കുന്നുണ്ട്. അമൃതായൊഴുക്കുന്ന ജലകണങ്ങളിൽ ആകാശത്തിന്റെ പ്രണയമുണ്ട്. ഭൂമിയോടുള്ള മണ്ണിന്റെ പ്രണയമാണ് തളിർത്തു പൊങ്ങുന്ന ഓരോ നാമ്പുകളും. ആകാശത്തിനു വേണ്ടിയല്ല മഴ പെയ്യുന്നത്. സൂര്യനു വേണ്ടിയല്ല വെളിച്ചം. പൂത്തുലയുന്ന പൂക്കളും കായ്കളും മണ്ണിനു വേണ്ടിയല്ല. മറ്റുള്ളവർക്കു വേണ്ടിയാണിതൊക്കെയും. മടുപ്പില്ലാതെ തുടരുന്ന പ്രണയത്തിൽ നിന്നാണ് പച്ചപ്പുകളൊക്കെയും കരിഞ്ഞുണങ്ങാതെ നിൽക്കുന്നത്.

പ്രകൃതി പ്രകടമാക്കുന്ന ഇഴയടുപ്പത്തിന്റെ സൗന്ദര്യത്തെ മനുഷ്യൻ കാണാതെ പോകുന്നുണ്ട്.സുന്ദരിയും സുന്ദരനുമാകുന്നത് ചേർന്നു നിൽക്കുന്നവരിൽ നിന്ന് പ്രസരിക്കുന്ന തെളിച്ചത്തിൽ നിന്നാണ്. ഇത് മനുഷ്യൻ അറിയുന്നില്ല.മനസ്സിന് നൽകുന്ന സംതൃപ്തിയാണ് പ്രണയത്തെ രൂപപ്പെടുത്തുന്ന സൗന്ദര്യം. ജീവിതത്തിന്റെ ഓരോ ഭാവങ്ങളും മനസ്സുമായി കോർത്തിണക്കപ്പെടുന്നുണ്ട്. ജീവിക്കുന്ന കാലമത്രയും പ്രണയിക്കപ്പെടുന്നതിനെ കാത്തുകൊള്ളുന്നവനായിരിക്കും നല്ല മനുഷ്യൻ.

പ്രകൃതിക്ക് കാമുകിയും, സുഹൃത്തും, ഇണയുമാകാൻ പര്യാപ്തമായ മുഴുവൻ ഗുണങ്ങളുമുണ്ട്. ശുദ്ധ സൗന്ദര്യമാണ് ഒന്നാമത്തെ ഗുണം. മറ്റുള്ളവർക്കുവേണ്ടിയാണെന്നത് രണ്ടാമത്തെ സവിശേഷത. ജീവന്റെ കേന്ദ്രമാണെന്നത് മൂന്നാമത്തെ വിശേഷം. ഉള്ളു തുറന്ന് ഇഷ്ടം പറിച്ചു നൽകാൻ ഇതിനുമേൽ യോഗ്യത എന്തുവേണം.

ശുദ്ധ പ്രകൃതിയിൽ നിന്നാണ് മനുഷ്യനെ സൃഷ്ടിച്ചിരിക്കുന്നതെന്നത് ദൈവിക വാക്യം. പ്രകൃതിയും മനുഷ്യനും തമ്മിലുണ്ടാകേണ്ട പൊരുത്തത്തിന്റെ തീവ്രതയെ പ്രകടമാക്കുന്നതാണത്. മണ്ണും മനുഷ്യനുമെന്നത് പരസ്പര പൂരകങ്ങളാകുന്നത് പ്രകൃതിയോടുള്ള പ്രണയത്തിൽ നിന്നാണ്. അനവധി ഗ്രഹങ്ങളിൽ നിന്ന് ഭൂമി വാസയോഗ്യമാക്കപ്പെടുന്നത് പ്രകൃതി പ്രകടമാക്കുന്ന പച്ചപ്പിൽ നിന്നാണ്. ചുവന്ന ചോരയൊഴുകുന്ന ഓരോ ജീവിയുടെയും ജീവന്റെ ഭാഗമായി പച്ച അടയാളപ്പെടുത്തപ്പെടുന്നത് പ്രകൃതിയുടെ നിറമാണ് ഇതെന്നതിലാണ്.

●

# ഭംഗിയെ തിരഞ്ഞ് സൗന്ദര്യത്തെ കാണാത്തവർ

വീടിനു പുറത്ത് എന്തോ സൂക്ഷ്മമായി തിരയുകയാണ് ഗുരു.ഇത് കണ്ടു വന്ന ശിഷ്യരും തിരച്ചിലിൽ കൂടെ ചേർന്നു.ഏറെ നേരത്തിനു ശേഷമാണ് എന്താണ് നഷ്ടപ്പെട്ടതെന്ന് ഗുരുവിനോട് ചോദിച്ചത്.തുന്നാൻ ഉപയോഗിച്ചിരുന്ന സൂചിയാണെന്ന് മറുപടി നൽകി.തിരച്ചിൽ കൂടുതൽ സൂക്ഷമമായി. കണ്ടെത്താനായില്ല. എവിടെയാണ് സൂചി നഷ്ടപ്പെട്ടതെന്നായി ഗുരുവിനോടുള്ള ചോദ്യം. വീടിനകത്തെന്നായിരുന്നു മറുപടി.തിരച്ചിൽ നടത്തിയവർ അന്താളിപ്പോടെ ഗുരുവിന്റെ മുഖത്തുനോക്കി. ഒന്നും മിണ്ടാതെ ഗുരു അകത്തേക്ക് നടന്നു.സ്വന്തത്തിലുള്ളതിനെ പുറത്തു തിരയുന്ന ലോകത്തോടുള്ള ഗുരുവിന്റെ ഭാവനാത്മക പ്രതികരണമായിരുന്നു അത്.

സൗന്ദര്യത്തെ തേടുന്നവരാണ് മനുഷ്യരൊക്കെയും. സ്വന്തമായി കൂടെ കൂട്ടുന്നതിനൊക്കെയും സൗന്ദര്യം ആഗ്രഹിക്കാറുണ്ട്. എന്താണ് സൗന്ദര്യമെന്നതിന്റെ ഉത്തരം കാഴ്ച്ചയിൽ കുളിർമ്മയുണ്ടാക്കുന്നതെന്നാണ്. കാഴ്ച്ചയെന്നതിനെ കാണുന്നതെന്ന് വ്യാഖ്യാനിക്കുമ്പോൾ തൊലി വെളുപ്പും ശരീര ഘടനയും സൗന്ദര്യമായി മാറും.എന്നാൽ യഥാർത്ഥ സൗന്ദര്യം അതാണൊ. അല്ലായെന്ന് ജീവിതയാത്രയുടെ ഘട്ടങ്ങൾ പിന്നിട്ടവർ അനുഭവസാക്ഷ്യമായി പറഞ്ഞുവെക്കും. നൈമിഷികമായ ആകർഷണമെന്നതിനപ്പുറത്ത് ഒന്നുമില്ലാത്തതാണ് കാണുന്ന കാഴ്ച്ചയിലെ സൗന്ദര്യം. അകക്കാഴ്ച്ചയിൽ തെളിയുന്ന ഹൃദയത്തിന്റെ തെളിച്ചത്തെ സൗന്ദര്യമായി ആസ്വദിക്കുന്നവർക്കാണ് കുളിർമ്മയുള്ള ജീവിതമുള്ളത്. ഉള്ളിലെ സ്ഥിരം സൗന്ദര്യത്തെ കാണാതെ അസ്തമിച്ചു പോകുന്ന പളപളപ്പിനെ തേടുന്നവരാണ് അധികവും.

മനുഷ്യനെ തെളിച്ചമുള്ളതാക്കുന്നതാണ് മനസ്സിന്റെ സൗന്ദര്യം. ഓരോരുത്തരിലുമുള്ളതാണത്. ഭംഗിയെ സൗന്ദര്യമായി തെറ്റിദ്ധരിക്കാൻ തുടങ്ങിയതു മുതലാണ് സൗന്ദര്യത്തിനായുള്ള അലച്ചിലിലേക്ക്

മനുഷ്യൻ മാറിയത്. കാഴ്ച്ചയിൽ പ്രകടമാകുന്നതാണ് ഭംഗി. അനുഭ വിച്ചറിയുന്നതാണ് സൗന്ദര്യം. കാഴ്ച്ച മങ്ങുന്നതിനാൽ ഭംഗി നൈമി ഷികമായിരിക്കും. മനസ്സ് സ്പർശിക്കുന്ന സൗന്ദര്യത്തിന് ആത്മാവിനോളം ആയുസുണ്ടാകും.

സൗന്ദര്യമില്ലാത്ത സമൂഹമാണ് ലോകത്തിന്റെ സൗന്ദര്യം നഷ്ട പ്പെടുത്തുന്നത്. ഭൂമിയുടെ സൗന്ദര്യം മനുഷ്യ ഹൃദയത്തിലെ സൗന്ദര്യ മാണ്. നമുക്ക് ചുറ്റുമുള്ള വ്യക്തികളോട് ഓരാശയത്തിന്റെയോ ചിന്ത യുടേയോ മുൻവിധിയില്ലാതെ തുറന്നമനസ്സോടെ പെരുമാറുമ്പോൾ അയാളുടെ സൗന്ദര്യം നാം അറിയാതെ തിരിച്ചറിയുകയും അത് ആസ്വദിക്കുകയും ചെയ്യും. ഇതിലൂടെ ഒരാളും നമുക്ക് അന്യരായി അനുഭവപ്പെടുകയുമില്ല. മനസ്സറിഞ്ഞ് അതിന്റെ സൗന്ദര്യത്തെ കാണുകയെന്നതാണ് നിറമുള്ള ജീവിതത്തെ കൂടെ കൂട്ടാനുള്ള വഴി.

നാം നിലനിലനിർത്തേണ്ടത് മനസ്സിന്റെ സൗന്ദര്യമാണ്. ആന്തരിക സൗന്ദര്യമാണ് അടിസ്ഥാനം. ബാഹ്യ സൗന്ദര്യം അതി നോടൊപ്പം ലയിച്ച് ചേരും. സൽപെരുമാറ്റം , സ്നേഹം എന്നിവയി ലൂടെ സൗന്ദര്യം ഓരോ വ്യക്തികളിലേക്കും വന്നു ചേരും. വിദ്വേഷം, പക, അഹിംസ, ശത്രുത, അസൂയ എന്നീ തമോഗുണങ്ങളിൽ നിന്ന് മുക്തമായ സംശുദ്ധ ഹൃദയം കാത്തുസൂക്ഷിച്ചാൽ ലോകത്തിന് പരി ശുദ്ധിയും സമാധാനവും സൗന്ദര്യവും നിലനിൽക്കും.

ശരീര സൗന്ദര്യത്തിന് മാത്രം പ്രാധാന്യം നൽകുന്ന സമൂഹമാണ് നമുക്ക് ചുറ്റിലുമുള്ളത്. ശരീരത്തിന്റെ ആരോഗ്യവും സൗന്ദര്യവും കാത്തുസൂക്ഷിക്കാൻ അതീവ ശ്രദ്ധയും താൽപര്യവും ജാഗ്രതയും കാണിക്കുന്നത് പോലെ മനസ്സിന്റെയും ഹൃദയത്തിന്റെയും ആത്മാ വിന്റെയും സൗന്ദര്യം കാത്തുസൂക്ഷിക്കാൻ കരുതലും ജാഗ്രതയും ഉണർവ്വും ആവശ്യമാണ്.

മധുരചിന്തകളോടെ ഒരു ദിവസം തുടങ്ങിയാൽ മതി. ശുഭചി ന്തകൾ ഒന്നാന്തരമൊരു ഔഷധമാണ്. ദിവസത്തിന്റെ മുഴുവൻ സമയവും നമ്മുടെ മനസ്സിലത് സാന്ത്വനം പോലെ നിലനിൽക്കും. മനസൗന്ദര്യമുള്ള ഒരു കോടി മനുഷ്യർ ഭൂമിയിലുണ്ടായാൽ അവരിൽ നിന്നുണ്ടാകുന്ന സൗന്ദര്യത്തിന്റെ വിത്തുകൾ ഭൂമിയിൽ മനസൗന്ദര്യ ത്തിന്റെ പുതിയൊരാകാശം സൃഷ്ടിക്കും.

●

## പള്ളികൾ എല്ലാവർക്കുമായി തുറന്നിടട്ടെ...

"നമുക്ക് ഏറ്റവും പ്രിയപ്പെട്ടത് മറ്റുള്ളവർക്കായി പങ്കുവെക്കുമ്പോഴാണ് മതം പൂർണ്ണമാകുക." പോത്തുകല്ല് മസ്ജിദുൽ മുജാഹിദീനിലെ ഇമാം സി എച്ച് ഇഖ്ബാൽ വെള്ളിയാഴ്ച്ചയിലെ ജുമുഅ ഖുത്തുബയിൽ പങ്കുവെച്ച വാക്കുകൾ. പള്ളിയുടെ പരിപാവനയിൽ നടക്കേണ്ട ജുമഅ നമസ്കാരം നിലമ്പൂരിലെ പോത്തുക്കല്ലുകാർ ആ വെള്ളിയാഴ്ച്ച നിർവ്വഹിച്ചത് ബസ് സ്റ്റാന്റിലായിരുന്നു. പള്ളിയുടെ അകത്തളം കവളപ്പാറയിലെ ഉരുൾപൊട്ടലിൽ മരിച്ചവർക്കായി അവർ വിട്ടുനൽകിയിരുന്നു. മൃതദേഹങ്ങളുടെ പോസ്റ്റ്മോർട്ടത്തിനായാണ് പള്ളിയുടെ ഹാൾ നൽകിയത്. പള്ളിയിൽ നടക്കേണ്ട ഏറ്റവും സുപ്രധാനമായ കർമ്മം പുറത്തേക്ക് മാറ്റാൻ അവർക്കു മുന്നിൽ മതവിധിയുടെ സങ്കീർണ്ണതകൾ തേടി പോകേണ്ടി വന്നില്ല. മനുഷ്യനോട് മതം കാണിക്കുന്ന ആദരവ് അവർ തിരിച്ചറിഞ്ഞിരുന്നു. ജാതിയും മതവും തിരയാതെ മനുഷ്യരുടെ അന്ത്യകർമ്മങ്ങൾക്കായി പള്ളി പൂർണ്ണമായി വിട്ടുകൊടുക്കാൻ അവർക്ക് മറ്റൊന്നും ആലോചിക്കേണ്ടി വന്നില്ല. സാമൂഹ്യതയുള്ള മനുഷ്യനാകുമ്പോൾ മാത്രമാണ് മതം അനുശാസിച്ച കർമ്മങ്ങളൊക്കെയും സ്വീകാര്യമാകുകയെന്ന് ബോധ്യമുള്ളവരായിരുന്നു അവർ.

മനുഷ്യർക്കിടയിലെ പരോപകാരത്തെ മുടക്കുന്ന നമസ്കാരക്കാർക്ക് നാശമെന്ന് മതം പഠിപ്പിക്കുന്നുണ്ട്. അനാഥക്കുട്ടികളെ തള്ളിക്കളയുന്നവരും പാവപ്പെട്ടവന്റെ ഭക്ഷണകാര്യത്തിൽ പ്രോത്സാഹനം നടത്താത്തവരും മതത്തെ വ്യാജമാക്കുന്നവരാണെന്നത് വിശുദ്ധ ഖുർആനിന്റെ നിഷ്കർഷയാണ്. അയൽവാസി പട്ടിണി കിടക്കുമ്പോൾ വയറുനിറച്ചുണ്ണുന്നവൻ തന്നോടൊപ്പം ഉള്ളവനല്ലെന്നാണ് മുഹമ്മദ് നബിയുടെ അധ്യാപനം. അനാഥകുട്ടികളുടെ സാന്നിധ്യത്തിൽ സ്വന്തം മക്കളോട് വാത്സല്ല്യം കാണിക്കരുതെന്നത് പ്രവാചകന്റെ നിർദ്ദേശമാണ്. മറ്റുള്ളവർക്ക് വേണ്ടി ആകുകയെന്നതാണ്

ദൈവത്തിനു മുന്നിൽ മനുഷ്യന്റെ സമ്പൂർണ്ണതക്കുള്ള മാനദണ്ഡമെന്ന് മതം പഠിപ്പിക്കുന്നു. മനുഷ്യർക്കിടയിലെ പങ്കുവെക്കലിന്റെ സൗന്ദര്യമാണ് മതം.

വഴിയടച്ചും പ്രവേശനം നിരോധിച്ചും ആരാധാനാലയങ്ങളെ വിഭാഗീയതയുടെ അടയാളങ്ങളാക്കി മാറ്റിയവരാണ് നമ്മൾ. എല്ലാവർക്കുമായി തുറന്നിടേണ്ട ആരാധാനാലയത്തെയാണ് മതം പരിചയപ്പെടുത്തുന്നത്. നജ്റാനിൽ നിന്ന് പ്രവാചകൻ മുഹമ്മദ് നബിയെ കാണാൻ വന്ന ക്രൈസ്ത പുരോഹിതന്മാർക്ക് ആരാധനാ സമയമായപ്പോൾ പ്രാർത്ഥനക്കായി പള്ളിയോട് ചേർന്ന ഭാഗത്ത് സൗകര്യമൊരുക്കിയെന്നത് ചരിത്ര വായനയിൽ കാണാനാകും. പ്രവാചകന്റെ കാലത്ത് പള്ളി എല്ലാവർക്കും കയറിവരാവുന്ന ഇടമായിരുന്നു. നാട്ടിലെ മുഴുവൻ വിഷയങ്ങളും ചർച്ച ചെയ്യുന്നതും പരിഹരിച്ചതും പള്ളിയിലായിരുന്നു. മതപരവും സാമൂഹ്യവുമായ വിഷയങ്ങളാൽ ശബ്ദമുഖരിതമായിരുന്ന പള്ളികളെ നമസ്കരിക്കാനുള്ള ഇടമായി ചുരുക്കിയതോടെയാണ് പള്ളിയിൽ കയറേണ്ടത് ആരൊക്കെയെന്നത് നിർവ്വചിക്കപ്പെടേണ്ട സാഹചര്യമുണ്ടാക്കിയത്.

പള്ളികൾ അല്ലാഹുവിനുള്ളതാണെന്നാണ് മതത്തിന്റെ അധ്യാപനം. അല്ലാഹുവിന്റെ ഭവനമെന്നാണ് വിശേഷണം. മുഴുവൻ മനുഷ്യരേയും ഒരുപോലെ കാണുന്ന ദൈവത്തിന് അവന്റെ ഭവനത്തിലേക്കുള്ള പ്രവേശനത്തിന് വിലക്കിടാനാകില്ല. മക്ക വിജയ ഘട്ടത്തിൽ കഅബ മുസ്ലിംങ്ങൾക്ക് അധീനപ്പെട്ടപ്പോൾ ലോകത്തിലെ ആദ്യ പള്ളിയായ കഅബയുടെ താക്കോൽ സൂക്ഷിക്കാനുള്ള അവകാശം നിലനിറുത്തി നൽകിയത് ഇസ്ലാം ആശ്ലേഷിക്കാത്ത കുടുംബത്തിന് തന്നെയായിരുന്നു. ഉസ്മാൻ ഇബ്നു ത്വൽഹക്കാണ് പ്രവാചകൻ കഅബയുടെ താക്കോൽ കൈമാറിയത്. അദ്ദേഹം ആ ഘട്ടത്തിൽ ഇസ്ലാമിന്റെ ഭാഗമായിരുന്നില്ല. പ്രമുഖരായ അനുചരന്മാർ മക്കയിൽ പ്രവാചകനോടൊപ്പം ഉണ്ടായിരുന്നിട്ടും ഏറ്റവും പവിത്രമായ കഅബയുടെ താക്കോൽ തന്റെ അനുയായി അല്ലാതിരുന്ന ഉസ്മാൻ ഇബ്നു ത്വൽഹക്ക് നൽകിയതിലൂടെ പങ്കുവെക്കലിന്റെ മാതൃകയാണ് പ്രവാചകൻ പ്രകടമാക്കിയത്.

ആശ്രയമറ്റവർക്ക്, നിരാലംബർക്ക് ഏത് സമയവും കയറിചെല്ലാവുന്ന ഇടമായി പള്ളികൾ മാറണമെന്നതാണ് മതത്തിന്റെ പാരമ്പര്യം. പ്രവാചകന് ദൈനംദിന വ്യവഹാരങ്ങളുടെ കേന്ദ്രമായിരുന്നു പള്ളി. നമസ്കാരത്തിന് മാത്രം തുറക്കുകയും അതിനു ശേഷം കുറ്റൻ താഴിട്ട് പൂട്ടുകയും ചെയ്യുന്നിടത്താണ് ഇന്നത്തെ പള്ളികളുള്ളത്. പ്രാഥമിക കാര്യം നിർവ്വഹിക്കാൻ എത്തുന്ന യാത്രക്കാരന് പള്ളി പരിപാലിക്കുന്നവരുടെ ഔദാര്യത്തിനായി കാത്തുകെട്ടി നിൽക്കേണ്ട ദുരവസ്ഥയാണുള്ളത്.

എന്തിനേയും ദുരുപയോഗം ചെയ്യുന്നവരുടെ ശല്ല്യമായിരിക്കാം പള്ളികൾ പൂട്ടിയിടേണ്ട നിർബന്ധിതാവസ്ഥയിലേക്ക് ബന്ധപ്പെട്ടവരെ എത്തിച്ചിട്ടുണ്ടാവുക.

പള്ളിയിൽ സർവ്വ മതസ്ഥർക്കും പ്രവേശനമാകാമെന്ന കാര്യത്തിൽ സംശയിച്ചു നിൽക്കുന്നവരുണ്ടെങ്കിൽ അവർക്കായി മഹല്ലുകളിൽ പോസ്റ്റ്മോർട്ടം ടാബിളുകൾ ഒരുങ്ങേണ്ടതുണ്ട്. ഓരോ പ്രദേശത്തിന്റെയും സാംസ്കാരിക കേന്ദ്രങ്ങളായി പള്ളികൾക്ക് മാറാനാകണം. പള്ളി പരിപാലന കാര്യത്തിലാണ് മതചിട്ട നിഷ്കർഷിക്കപ്പെടുന്നത്. ആളുകൾ ഒത്തുകൂടുന്ന ഇടമാണ് പള്ളി. തൊഴിൽ പരിശീലനം മുതൽ വ്യക്തിത്വ വികസനം വരെ പള്ളികൾ കേന്ദ്രീകരിച്ച് നടക്കണം. ജീവകാരുണ്യ പ്രവർത്തനങ്ങളുടേയും ദുരിതാശ്വാസ പ്രവർത്തനങ്ങളുടേയും കേന്ദ്രമായി പള്ളികൾ മാറണം. പള്ളികളേയും മദ്രസകളേയും കേന്ദ്രീകരിച്ച് പ്രചരിപ്പിക്കുന്ന പച്ചക്കള്ളങ്ങളെ പൊളിച്ചടക്കാൻ എല്ലാവർക്കുമായി ഇവ തുറന്നിടട്ടെ. ഇന്റർഫെയ്ത്ത് കോൺഫറൻസുകൾക്ക് പള്ളിയുടെ അകങ്ങൾ വേദിയാകട്ടെ.

●

# അവർ അധ്യാപകർ...
# ഹൃദയം കൊണ്ട് പഠിപ്പിക്കുന്നവർ..

ഞാനൊരു അധ്യാപകനല്ല. കുറേയേറെ അധ്യാപകർ സുഹൃത്തുക്കളായുണ്ട്. അധ്യാപകരെന്ന നിലയിലുള്ള അവരുടെ പ്രവർത്തനങ്ങളെ നേരിട്ടനുഭവിക്കാൻ പല ഘട്ടങ്ങളിലും സാധിച്ചിട്ടുണ്ട്. നല്ല മനസ്സുള്ളവരും, സ്നേഹം കൊണ്ട് കുട്ടികളെ കീഴ്പ്പെടുത്താൻ മെയ്വഴക്കമുള്ളവരുമാണ് അവരിൽ മഹാഭൂരിപക്ഷവും. സുൽത്താൻ ബത്തേരി സർവ്വജന സ്കൂളിൽ പാമ്പുകടിയേറ്റ് വിദ്യാർത്ഥിനി മരിക്കാനിടയായ സംഭവത്തിൽ ഏറെ വിഷമിച്ചവരായിരുന്നു അവർ. സംഭവത്തിന്റെ പശ്ചാത്തലത്തിൽ സമൂഹ മാധ്യമങ്ങളിലുണ്ടായ അതിരുവിട്ട വിമർശനങ്ങളെ പ്രയാസത്തോടെ കേട്ടിരുന്നവരുമായിരുന്നു അവർ. അധ്യാപകരും വിദ്യാർത്ഥികളും തമ്മിലുള്ള ഹൃദയബന്ധനത്തിന് വലിയതോതിലുള്ള പോറലൊന്നും ഏറ്റിട്ടില്ലെന്ന് അധ്യാപക സൗഹൃദങ്ങളെ ചൂണ്ടി ഉറപ്പിച്ചു പറയാനാകും.

സർവ്വജന സ്കൂളിലുണ്ടായ ദൗർഭാഗ്യകരമായ സംഭവത്തിൽ അധ്യാപക സമൂഹത്തെ മുഴുവൻ പ്രതിസ്ഥാനത്തു നിറുത്തുന്ന രീതി കടുത്ത നീതികേടാണ്. സമൂഹമാധ്യമങ്ങളിലെ അതിവൈകാരികത അധ്യാപക സമൂഹത്തിനു നേരെയുള്ള കാടടച്ചുള്ള വെടിവെപ്പായാണ് തോന്നിയത്. വീട്ടിലുള്ളവരേക്കാൾ അധ്യാപകരെ ഹൃദയത്തോടു ചേർത്തുവെച്ച കുട്ടികൾ ഒരോ സ്കൂളുകളിലും അനവധിയുണ്ട്. ഒരു അനുഭവം പറയാം, പൊന്നാനി തീരദേശത്തുള്ള ഒരു കുട്ടിയുടെ വീട്ടിൽ പോകാനിടയായി. കുട്ടിയുടെ ഉന്നത വിദ്യാഭ്യാസവുമായി ബന്ധപ്പെട്ട് ചിലത് സംസാരിക്കാനാണ് സുഹൃത്തുക്കൾക്കൊപ്പം അവിടെ പോയത്. ഹൈസ്കൂൾ പഠനം കഴിഞ്ഞിറങ്ങിയിട്ട് രണ്ട് വർഷം കഴിഞ്ഞിരുന്നു. ബിരുദ പഠനത്തിനുള്ള തീരുമാനമെടുക്കാനും മറ്റു കാര്യങ്ങൾക്കും ആ കുട്ടിക്ക് അനുവാദം വാങ്ങേണ്ടിയിരുന്നത് പത്താം ക്ലാസിലെ ക്ലാസ് ടീച്ചറോടായിരുന്നു. ഈ സമയം കുട്ടിയുടെ മാതാപിതാക്കൾ പറഞ്ഞ വാക്കുകളാണ് ശ്രദ്ധേയം. "അവൾക്ക്

ഞങ്ങളേക്കാൾ വലുത് ടീച്ചറാണ്. ടീച്ചർ പറഞ്ഞാലെ അവൾക്ക് സംതൃപ്തിയാകൂ." ആ ടീച്ചർ കുട്ടിയാലുണ്ടാക്കിയ സ്വാധീനമെന്നത് അപൂർവ്വമായ ഒന്നല്ല. എല്ലാ സ്കൂളുകളിലും, ക്ലാസ് മുറികളിലും അറുത്തുമാറ്റാനാകാത്ത ഇത്തരം ഹൃദയബന്ധങ്ങൾ നിരവധിയുണ്ടാകും.

അധ്യാപക - വിദ്യാർത്ഥി ബന്ധത്തിന്റെ ഗാഢത കുറഞ്ഞു വരുന്നുവെന്ന വിമർശനം പൊതുവെയുണ്ട്. പുതിയ തലമുറയിലെ അധ്യാപകർ ഇതിനെ തിരുത്തി എഴുതാൻ തയ്യാറായവരാണ്. കുട്ടികളോട് സുഹൃത്തിനോടെന്ന പോലെ പെരുമാറുന്നവരാണ് പുതിയ തലമുറയിലെ അധ്യാപകർ. പരസ്പരം അവർ ചങ്ക്സാണ്. മറ്റൊരു സ്കൂളിലേക്ക് സ്ഥലം മാറി പോകുന്ന അധ്യാപികക്ക് കുട്ടികൾ നൽകിയ യാത്രയയപ്പ് കാണാനിടയായി. അഞ്ചാം ക്ലാസ് വിദ്യാർത്ഥികളാണ് ടീച്ചറെ യാത്രയാക്കുന്നത്. അഞ്ച് മാസമാണ് ടീച്ചർ പഠിപ്പിച്ചത്. പൊട്ടിക്കരഞ്ഞും കെട്ടിപ്പിടിച്ചുമാണ് കുട്ടികൾ അവരുടെ സ്നേഹത്തെ പ്രകടിപ്പിച്ചത്. ടീച്ചറും കരയുകയായിരുന്നു. അഞ്ചുമാസം കൊണ്ടുണ്ടാക്കിയ ഹൃദയബന്ധത്തിന്റെ പേര് അധ്യാപകനെന്നാകുമ്പോൾ അതൊരു സുകൃതമാണ്. ഊണിലും ഉറക്കിലുമെന്നപോലെ ടീച്ചറെ കുറിച്ച് പറയുന്ന കുട്ടികളുണ്ട്. അവർ കണ്ടതിൽ ഏറ്റവും പ്രിയപ്പെട്ടതായി ടീച്ചർക്ക് മാറാനാകുന്നത് അവർ ഹൃദയം കൊണ്ട് പഠിപ്പിക്കുന്നതിനാലാണ്.

പത്താം ക്ലാസിൽ ഇംഗ്ലീഷ് പഠിപ്പിച്ചത് പ്രേമാവതി ടീച്ചറായിരുന്നു. ഇരുപത്തിയഞ്ച് വർഷത്തിനിപ്പുറവും മനസ്സിനകത്തെ ആദ്യസ്ഥാനക്കാരുടെ കൂട്ടത്തിലാണ് ടീച്ചറുള്ളത്. ഇത്രയും കാലത്തെ ജീവിതത്തിനിടയിൽ ഇത്രയേറെ മോനെയെന്ന് വിളിച്ചവർ മറ്റാരുമുണ്ടാകില്ല. ആയിരകണക്കിന് കുട്ടികൾ ടീച്ചർക്കു മുന്നിലിരുന്ന് കടന്നു പോയിട്ടുണ്ട്. അവരൊക്കെയും വിളികേട്ടത് മോനെയെന്ന രണ്ടക്ഷരത്തിലായിരുന്നു. പിശുക്കില്ലാതെ മനസ്സറിഞ്ഞങ്ങനെ വിളിക്കാൻ അവർക്കായത് അധ്യാപികയിലെ അമ്മ മനസ്സിൽ നിന്നായിരുന്നു. പാഠപുസ്തകങ്ങളിലെ അറിവുകൾക്കപ്പുറത്ത് കണ്ണുകൾ തമ്മിലുള്ള ആശയ വിനിമയത്തിന്റെ പ്രതലം സാധ്യമാക്കാൻ ക്ലാസ് മുറികൾക്ക് സാധിച്ചിരുന്നു. കണ്ണിൽ നോക്കി മനസ്സിനോട് പറയുന്ന അധ്യാപകരുടേതാണ് ജീവനുള്ള ക്ലാസ് മുറികൾ. മരവിച്ചു പോയ ക്ലാസ് മുറികളെ ജീവനുള്ളതാക്കി മാറ്റാനായതാണ് പൊതുവിദ്യാലയങ്ങളിലുണ്ടായ പുതിയ ഉണർവ്വിന് കാരണം.

കുട്ടികളുടെ രണ്ടാം വീടാണ് സ്കൂളുകൾ. വീട്ടിൽ നിന്ന് കിട്ടുന്നതൊക്കെയും സ്കൂളിൽ നിന്നും അവർ പ്രതീക്ഷിക്കുന്നുണ്ട്. വീട്ടിലുള്ളവരെ പോലെയാകാൻ അധ്യാപകനാകുമ്പോഴാണ് കുട്ടികളുടെ മനസ്സിൽ നിന്ന് മായാത്തവരായി അധ്യാപകർ മാറുന്നത്. അഞ്ച് മാസം പഠിപ്പിച്ച ടീച്ചർ സ്ഥലം മാറി പോകുമ്പോൾ കുട്ടികൾ കരച്ചിലടക്കാൻ

പറ്റാത്തവരായി മാറുന്നത് വീട്ടിലുള്ളവരെ പോലെ സ്കൂളിലുള്ളവർ മാറുന്നത് കൊണ്ടാണ്. പൊതു വിദ്യാലയങ്ങളിൽ കഴിഞ്ഞ ഏതാനും വർഷങ്ങൾക്കിടെയുണ്ടായ കണ്ണഞ്ചിപ്പിക്കുന്ന മാറ്റങ്ങൾക്കു പിന്നിൽ അധ്യാപകന്റെ ക്രിയാത്മകത കൂടിയുണ്ട്. സർക്കാർ മിഷനറിയിൽ മാത്രം ചുരുക്കാവുന്നതല്ല അത്. അധ്യാപകനെ ഒരു ജോലിക്കാരനായല്ല സമൂഹം കാണുന്നതെന്ന തിരിച്ചറിവിലേക്ക് ഓരോ അധ്യാപകനും മാറാനാകണം.

സുൽത്താൻ ബത്തേരി സർവ്വജന സ്കൂളുമായി ബന്ധപ്പെട്ടുണ്ടായ വിമർശനങ്ങൾ പ്രശ്നാധിഷ്ഠിതമാണ്. ആ സ്കൂളിലെ ഏതാനും അധ്യാപകരുടെ വീഴ്ച്ചകൾ നേരെയുണ്ടായ വിമർശനങ്ങളെ ക്രിയാത്മകമായി ഉൾകൊള്ളാനാകണം. അനിവാര്യമായ കുറെ മാറ്റങ്ങളും മുൻകരുതലുകളും സർവ്വജന സ്കൂൾ സംഭവം പറഞ്ഞുവെക്കുന്നുണ്ട്. എല്ലാറ്റിലുമെന്നപോലെ അധ്യാപകരിലുമുണ്ടാകും പുഴുക്കുത്തുകൾ. സ്വയം മാറാൻ തയ്യാറല്ലെങ്കിൽ അവരെ വെറുതെ വിടാം.

പൊതുവിദ്യാഭ്യാസം വിപ്ലവകരമായ മുന്നേറ്റങ്ങൾക്കൊപ്പം കുതിക്കുമ്പോൾ കുട്ടികളുടെ ഏറ്റവും പ്രിയപ്പെട്ടവരാകാൻ നിങ്ങൾക്കാകും. തീർച്ച.

●

## ഞങ്ങളും നിങ്ങളുമല്ല.
## നമ്മളാണ്...

കൊല്ലവർഷം 2018. അന്നൊരു വ്യാഴാഴ്ചയാണ്.കാലത്ത് മുതലെ മഴയുണ്ട്. വൈകീട്ടും, രാത്രിയും തുടർന്നു. നേരം പുലർന്നപ്പോഴും മഴക്ക് ശമനമില്ല. പുഴയാകെ നിറഞ്ഞു തുളുമ്പിയിട്ടുണ്ട്. തീരത്തിനൊപ്പമാണ് കായലിന്റെയും കനാലിന്റെയും ഒഴുക്ക്. ഡാമുകൾ തുറക്കാൻ പോകുന്നുവെന്ന അറിയിപ്പ് കേൽക്കുന്നുണ്ട്. തീരത്തുള്ളവർ ജാഗ്രത പാലിക്കണമെന്ന സന്ദേശം പറന്നു നടക്കുന്നു.

സാധാരണ പോലെയാണ് ഉറങ്ങാൻ കിടന്നത്. പാതിരാവ് പിന്നിട്ടപ്പോൾ വെള്ളം പരന്നൊഴുകി ചുറ്റിലും മൂടിയിരുന്നു. മഴക്കൊരു കുറവുമില്ല. വെള്ളം ഉയരുന്നുണ്ട്. പുറത്താകെ ഒച്ചയും ബഹളവുമാണ്. വീടുവിട്ട് പോകണമെന്നാണ് ഉച്ചത്തിൽ പറഞ്ഞു കൊണ്ടിരിക്കുന്നത്. കണ്ടു പരിചയമില്ലാത്തവരാണ് കൈപിടിക്കാനെത്തിയത്.

നേരം പുലർന്നു. നാടാകെ വെള്ളത്തിലമർന്നിട്ടുണ്ട്. നെഞ്ചൊപ്പാണ് വെള്ളം. മരണത്തെ മുന്നിൽ കണ്ട നേരം. വെള്ളം വിഴുങ്ങാതിരിക്കാൻ കുറേപേർ മേൽക്കൂരക്ക് മുകളിലാണുള്ളത്. വഞ്ചിയുമായി ആരോ വരുന്നുണ്ട്. കയറാൻ പറയുന്നു.അവർ കൈകൾ നീട്ടി. മരണത്തിൽ നിന്ന് ജീവിതത്തിലേക്കുള്ള സ്പർശമായിരുന്നു അത്.

അന്ന് രാത്രിയും വെള്ളമൊഴിഞ്ഞില്ല. ശരീരവും മനസ്സും ക്ഷീണിച്ചിട്ടുണ്ട്. ആശ്വാസത്തോടെ ഒന്നിരിക്കണം. തുറന്നിട്ട പള്ളിയിൽ അവരെല്ലാവരും ഒത്തുകൂടി.അവർ അല്ലാഹുവിനെയും, ഈശ്വരനേയും, കർത്താവിനെയും ഒരുമിച്ചു വിളിച്ചു. നമസ്കരിക്കാൻ ആൾത്താരയിൽ നിന്നു. ക്ഷേത്ര ഓഡിറ്റോറിയത്തിൽ മുസല്ല വിരിച്ചു.

നിസ്സഹായതയാൽ വിളറിയ മുഖവുമായി നിൽക്കുന്നവരായിരുന്നു ഏറെയും.അവരോട് ഞങ്ങളുണ്ട് കൂടെയെന്ന് ഉറച്ച ശബ്ദത്തിൽ പറഞ്ഞവർ ഇന്നേവരെ കാണാത്തവരാണ്. യാതൊരു മുഖ

പരിചയവും ഇല്ലാത്തവരാണ്. അവരുടെ ബലിഷ്ഠമായ കരങ്ങളിൽ ഞങ്ങൾ സുരക്ഷിതരായിരുന്നു. മരണമുഖത്തു നിന്ന് സുരക്ഷിത സ്ഥാനത്തെത്തിക്കുന്നതു വരെ പിഞ്ചു കുഞ്ഞിനോടെന്ന പോലെ ഞങ്ങളിൽ അവർ കരുതൽ തീർത്തു.

കുത്തിയൊലിച്ച വെള്ളത്തിനെതിരെ പതർച്ചയില്ലാതെ നീന്തിയാണ് പേടിച്ചു വിറച്ച ഞങ്ങളുടെ കൈകളെ ചേർത്തു പിടിച്ചത്. സഹായത്തിനായി കേണവരുടെ നിറവും കോലവും നോക്കിയില്ല. മനുഷ്യനെന്നതിലേക്കാണ് നാടാകെ ഊളിയിട്ടത്. മുതുക് ചവിട്ടുപടിയാക്കിയും ശരീരം നടപ്പാലമാക്കിയും ഓരോരുത്തരെയായി ജീവിതത്തിലേക്ക് നടത്തി. മലയാളിയുടെ ചോരാത്ത നിശ്ചയദാർഢ്യത്തിനു മുന്നിൽ രൗദ്രഭാവത്തിലെത്തിയ പ്രളയത്തിന് നിർവ്വികാരതയോടെ തിരിച്ചു പോകേണ്ടി വന്നു.

ചേർന്നു നിൽക്കുമ്പോഴുണ്ടാകുന്ന മനുഷ്യന്റെ കരുത്താണ് അന്ന് നാം കണ്ടത്. പ്രളയമെന്ന ഭീകരതയെ ദാക്ഷിണ്യമില്ലാതെ തോൽപ്പിക്കാനായത് ഈ കരുത്തിൽ നിന്നാണ്. നമ്മൾ അതിജീവിക്കുമെന്ന് അഹങ്കാരത്തോടെ പറഞ്ഞത് ചേർന്നു നിൽക്കുന്നതിലെ സൗന്ദര്യത്തിൽ നിന്നാണ്. നിങ്ങൾ ആരാണെന്നൊ, എന്താണെന്നൊ ആരും ചോദിച്ചില്ല. ഞാൻ നിങ്ങളുടേതു കൂടിയാണെന്ന് ഓരോരുത്തരും പറയാതെ പറഞ്ഞു. ഞാൻ നിങ്ങളിലും, നിങ്ങൾ എന്നിലും സുരക്ഷിതരാണെന്ന് മനസ്സുകൊണ്ടുറപ്പിച്ചു.പ്രളയത്തെ മാരക പരുക്കുകളില്ലാതെ അതിജയിച്ച നമ്മൾ അതിജീവനത്തിന്റെ ഘട്ടങ്ങളും പിന്നിട്ടു.

പ്രളയത്തെ കണ്ണുകൾക്ക് മായ്ച്ചു കളയാൻ നേരമായിട്ടില്ല. മറക്കാൻ മനസ്സുകൾക്ക് സമയവുമായിട്ടില്ല. അകൽച്ചയുടെ വേലികളെ വിഴുങ്ങിയാണ് പ്രളയം തിരിച്ചു പോയത്.പ്രളയജലത്തിന്റെ നനവു മാറാത്ത മണ്ണിൽ തകർന്നു വീണ അകൽച്ചയുടെ വേലികളൊക്കെയും പുന:സ്ഥാപിക്കുവാനുള്ള ഒരുക്കത്തിലാണ് നമ്മൾ.ഏച്ചുകൂട്ടി പടുത്തുയർത്തുന്ന വേലികൾ വിഴുങ്ങാൻ ഒരിക്കൽ കൂടി പ്രളയമെത്തിയാൽ; തടഞ്ഞു നിറുത്തി തിരിച്ചയക്കാൻ അന്ന് ചേർത്തു പിടിച്ച കരങ്ങൾക്കാകണമെന്നില്ല.

വെള്ളത്തിൽ മുങ്ങുന്ന നമുക്കു നേരെ നീണ്ട കൈകളോട് മതം തിരക്കിയില്ല. ജാതി ചോദിച്ചില്ല. രാഷ്ട്രീയം ആരാഞ്ഞില്ല. മാനവികതയുടെ പ്രകാശം മാത്രമായിരുന്നു കണ്ടത്. പ്രളയം കടന്ന നമ്മളിപ്പോൾ മതം ചോദിച്ച് മാറി നിൽക്കാൻ പറയുന്നു. രാഷ്ട്രീയം പറഞ്ഞ് ആക്രോശിക്കുന്നു. കല്ലും വടിയുമായി ചോര ചിന്താൻ തെരുവിലിറങ്ങുന്നു. ഒന്നായ മനുഷ്യനെ അതിരു തീർത്ത് വേർതിരിക്കാൻ ചുമരു കെട്ടുന്നവർ പ്രളയമിറങ്ങിയ വഴിയെ നടന്നു നോക്കുന്നത് നന്നായിരിക്കും.

ഞങ്ങളും നിങ്ങളുമെന്നതിൽ നിന്ന് നമ്മളായ കാലമായിരുന്നു അത്. മനുഷ്യനെന്നതിന്റെ സൗന്ദര്യം നിറച്ചാർത്തോടെ പ്രകടമായ നാളുകൾ. സഹജീവിക്കു മുന്നിൽ എന്തിന്റെയൊക്കെയോ പേരിൽ കൊട്ടിയടക്കപ്പെട്ടതൊക്കെയും മലക്കെ തുറന്നിട്ട ദിവസങ്ങൾ. വിലക്കിന്റെ വേലിക്കെട്ടുകളെയൊക്കെയും പ്രളയം പിഴുതെടുത്ത രാപകലുകൾ. കൺമുന്നിൽ കണ്ട ഈ കാഴ്ച്ചകളൊക്കെയും നമ്മൾ മറന്നിരിക്കുന്നു. നമ്മളിൽ നിന്ന് ഞങ്ങളും നിങ്ങളുമെന്നത് വീണ്ടും ബലപ്പെടുന്നു. പുറത്താക്കുമെന്ന വർത്തമാനങ്ങൾ നാവുകളിൽ നിന്ന് പുറത്തുവരുന്നു. അവിശ്വാസത്തിനൊപ്പം കഴിച്ചുകൂട്ടേണ്ട ശ്വാസംമുട്ടലിലേക്ക് നമ്മൾ സ്വയം എടുത്തെറിയപ്പെടുന്നു.

മതനിരപേക്ഷതയിൽ തീർത്ത വള്ളത്തിലാണ് അന്ന് നമ്മൾ തീരമണഞ്ഞത്. ഇഴതെറ്റാതെ കെട്ടിയുണ്ടാക്കിയ വള്ളത്തിൽ ദ്വാരമുണ്ടാക്കാൻ ശ്രമിക്കുന്നവരുടെ കൈകളെ തടഞ്ഞുവെക്കാനായില്ലെങ്കിൽ നേർത്ത വെള്ളക്കെട്ടിൽ പോലും നാം മുങ്ങിപ്പോകും. വള്ളം മുക്കാനെത്തുന്നവരെ അകറ്റി നിറുത്താൻ സ്നേഹത്തിൽ കടഞ്ഞെടുത്ത പങ്കായങ്ങൾക്കാകണം.

●

# എവിടെയാണ് സ്നേഹം ഉപേക്ഷിക്കപ്പെട്ടത്

വൃദ്ധയായൊരു സ്ത്രീ അവശ്യസാധനങ്ങളുടെ ഭാണ്ഡക്കെട്ടുമായി നിൽക്കുകയാണ്. കനമുള്ള കെട്ട് തൂക്കിയെടുത്ത് കൊണ്ടുപോകാൻ അവർക്കാകുന്നില്ല. സുമുഖനായൊരു മനുഷ്യൻ അവരുടെ നിൽപ്പിനെ തിരിച്ചറിഞ്ഞ് കൂടെക്കൂടി. ഭാണ്ഡക്കെട്ട് സ്വയം തലയിലേറ്റി. വൃദ്ധയുമായി നടന്നു നീങ്ങി. യാത്രാ വഴിയിൽ അവർ ഉള്ളറിഞ്ഞ് സംസാരിക്കുന്നുണ്ട്. തമാശ പറയുന്നുണ്ട്. ചിരിക്കുന്നുണ്ട്. വാത്സല്ല്യത്തോടെ വിശേഷങ്ങൾ പങ്കുവെക്കുന്നുണ്ട്. വീടിനു മുന്നിലെത്തിയപ്പോൾ ഭാണ്ഡക്കെട്ട് ഇറക്കിവെച്ചു. വൃദ്ധയായ സ്ത്രീക്ക് വിശ്രമിക്കാൻ സൗകര്യമൊരുക്കി.

"എന്തൊരു സ്നേഹമാണ് നിനക്ക്. ഇങ്ങനെയുള്ളവരും ഈ നാട്ടിലുണ്ടല്ലോ. നീ ചെയ്ത സഹായത്തിന് പകരം നൽകാൻ എന്റെ കയ്യിൽ ഒന്നുമില്ല."ഒപ്പമുണ്ടായിരുന്ന ആ മനുഷ്യനോട് വൃദ്ധ നന്ദി പറഞ്ഞു തുടങ്ങി.

"നിനക്ക് ഞാനൊരു ഉപദേശം നൽകാം. നമ്മുടെ നാട്ടിൽ ഒരു സ്വയം പ്രഖ്യാപിത പ്രവാചകൻ വന്നിട്ടുണ്ട്. നമ്മുടെ പാരമ്പര്യ രീതികളെ അയാൾ തള്ളിപ്പറയുന്നു. പുതിയ പലതും പഠിപ്പിക്കുന്നു. ആ സംഘത്തിനൊപ്പം പെട്ടുപോകാതിരിക്കാൻ നീ ശ്രദ്ധിക്കണം." അവർ പറഞ്ഞു നിറുത്തി.

സൗമ്യമായി കേട്ടു നിന്ന ആ മനുഷ്യൻ പതിഞ്ഞ സ്വരത്തിൽ അവരോട് പറഞ്ഞു. "നിങ്ങൾ പറഞ്ഞ ആ പ്രവാചകൻ ഞാനാണ്. പേര് മുഹമ്മദ്." അത്ഭുതത്തോടെ ആ മനുഷ്യനിലേക്ക് അവർ നോക്കി. ആ നിമിഷം വരെ മനസ്സിൽ പതിച്ചുവെച്ച വിചാരത്തെ അവർ പുറത്തെറിഞ്ഞു. മനസ്സു നിറഞ്ഞ് പ്രവാചകനോടൊപ്പം ചേർന്നു.

വൃദ്ധയായ ആ സ്ത്രീക്കു മുന്നിൽ പ്രവാചകൻ പ്രകടമാക്കിയത് മതമായിരുന്നു. കാതടപ്പിക്കുന്ന ഒച്ചപ്പാടുകളും അസ്വസ്ഥമാക്കുന്ന ബഹളങ്ങളുമില്ലാതെ മതം സ്നേഹമാണെന്ന് പറഞ്ഞു തീർത്തു. അവരിലെ ഭാരത്തെ സ്വന്തം ചുമലിലേക്ക് എടുത്തുവെക്കാൻ വിശ്വാസത്തിന്റെ വൈപരീത്യം പ്രവാചകന് തടസ്സമായില്ല. ഇഷ്ടത്തോടെ കൂടെ നടത്താൻ, അനുകമ്പയോടെ ചേർത്തു പിടിക്കാൻ ഏതെങ്കിലുമൊന്നിന്റെ സാക്ഷ്യപത്രം വേണ്ടി വന്നില്ല. വിലക്കുകളുടെ ചങ്ങലക്കെട്ടുകളല്ല മതം. മറ്റുള്ളവരിലേക്കുള്ള പരകായപ്രവേശമാണ്. ആത്മാവുമായുള്ള വർത്തമാനത്തിന്റെ വേദിയാണ്. സ്നേഹത്തെ മാറ്റി നിറുത്തി മതത്തെ എടുത്തണിയുകയാണിപ്പോൾ. കുറെ ജഡങ്ങളാണ് മതത്തിന്റെ രൂപങ്ങളായി മാറുന്നത്.

മതത്തിനകത്തെ ആത്മീയതയിലേക്ക് ഊളിയിടുമ്പോൾ പിറക്കിയെടുക്കാനാകുന്നതാണ് സ്നേഹത്തിന്റെ അധ്യാപനങ്ങൾ. കൽപടവുകളിൽ തീർത്ത നിർമ്മിതിയാണ് മതം. അതിലേക്കുള്ള നിലക്കാത്ത ഉറവയാണ് ആത്മീയത. കൽപ്പടവുകളിലിരുന്ന് നനയുന്നവരാണ് ഏറെയും. ഉറവ തീർക്കുന്ന ആഴങ്ങളിലേക്ക് നമ്മൾ ഊളിയിടാറില്ല. ഒഴുക്കിന്റെ അനക്കങ്ങളിൽ മതത്തിലേക്കുള്ള കാഴ്ച്ചയെ അവസാനിപ്പിക്കുന്നു. ആഴങ്ങളിലുള്ള മതത്തിന്റെ ആഴത്തെ തിരഞ്ഞുപോകാറില്ല. ഒഴുക്കിനു പുറത്തെ ഒച്ചപ്പാടുകളിലല്ല മതം. ആഴങ്ങളിലെ ശാന്തതയിലാണ് മതത്തിന്റെ ആത്മാവുള്ളത്. സ്നേഹവും ഇഷ്ടവും കാരുണ്യവും കുത്തിനിറക്കപ്പെട്ട ഇടമാണത്.

സ്നേഹം വറ്റിപ്പോകുന്നിടത്ത് സംഘർഷമാണ് പകരമാകുക. സ്നേഹമൊഴിഞ്ഞ മതം സംഘർഷമാകുന്നത് അവിടെ നിന്നാണ്. തിന്മയെ നന്മ കൊണ്ട് എതിരിടുക എന്നതാണ് മതത്തിന്റെ അധ്യാപനം. നന്മയെന്നത് സ്നേഹമാണ്. സ്നേഹത്തിനു മാത്രമെ മനുഷ്യനെ വിസ്മയിപ്പിക്കാനാകൂ. കീഴ്പ്പെടുത്താനുമാകൂ. മറ്റൊരാളുടെ മുഖത്തു നോക്കി പുഞ്ചിരിക്കുന്നത് മതത്തിൽ പുണ്യമാണ്. സ്നേഹത്തിന്റെ ഭാവമാണ് പുഞ്ചിരി. ക്ഷമിക്കുന്നവരോടൊപ്പമാണ് ദൈവമെന്ന് പലവട്ടം മതം ആവർത്തിക്കുന്നുണ്ട്. ക്ഷമയാണ് സ്നേഹത്തിന്റെ സ്വഭാവം.

പരസ്പരം പിണങ്ങരുതെന്നത് മതത്തിന്റെ കൽപ്പനയാണ്. മൂന്ന് ദിവസത്തിലേറെ പിണങ്ങി നിൽക്കുന്നവരോട് പിണങ്ങുന്നുണ്ട് മതം. സ്നേഹത്തിൽ നിന്നുള്ളതാണ് ഇണക്കം. മറ്റുള്ളവരെ ദുശിച്ച് പറയൽ മനുഷ്യ മാംസം തിന്നുന്ന പോലെയാണെന്നത് മതത്തിന്റെ ഉപമയാണ്. നല്ലതു പറയൽ സ്നേഹത്തിന്റെ പറച്ചിലാണ്. മനുഷ്യന്റെ രക്തവും അഭിമാനവും മക്കപോലെ പരിശുദ്ധമാണെന്ന് ഉറപ്പിക്കുന്നുണ്ട്. അകാരണമായുള്ള രക്തം ചിന്തലിനെ മനുഷ്യവംശത്തിനു നേരെയുള്ള കൊലക്കുറ്റമായാണ് മതം ശിക്ഷ ചാർത്തുന്നത്.

ജീവിക്കാനുള അവകാശ കൈമാറ്റമാണ് സ്നേഹത്തിന്റെ പാരമ്യം. ഇങ്ങനെയിങ്ങനെ സ്നേഹത്തിന്റെ പര്യായങ്ങളാണ് മതത്തിലാകെ നിറയുന്നത്.

വിദ്വേഷത്തിന്റെ, വെറുപ്പിന്റെ, അകൽച്ചയുടെ അധ്യാപനങ്ങൾ നമ്മൾ പറഞ്ഞുണ്ടാക്കുന്ന അപശബ്ദങ്ങളാണ്. എല്ലാം പൊറുത്തു തരാൻ ദൈവത്തിലേക്ക് കൈകളുയർത്തുന്ന നമ്മൾ മറ്റുള്ളവരോട് പൊറുക്കാതിരിക്കാൻ വഴികൾ തേടുന്നു. കരുണാനിധിയായ ദൈവത്തെ കഠിനമായി ശിക്ഷിക്കുന്നവനാക്കാൻ പാടുപെടുന്നു. പരമകാരുണ്യവാനായി പരിചയപ്പെടുത്തേണ്ടിടത്ത് നരകത്തിന്റെ അധിപനായി ചിത്രീകരിക്കുന്നു. ഭക്ഷണത്തോട് മുഖം തിരിക്കുന്ന പിഞ്ചോമനകൾക്ക് നമ്മൾ ചൊല്ലി കൊടുക്കുന്നത് തീയിലിട്ട് കരിക്കുന്ന ദൈവത്തെ കുറിച്ചാണ്. സ്നേഹമയിയായ പ്രപഞ്ചനാഥനെ അവരറിയാൻ നരകവും തീയും കഠിന കഠോര ശിക്ഷകളും കേട്ടു തീരണം. സ്നേഹത്തെയാണ് ആദ്യവും അന്ത്യവും പഠിപ്പിക്കേണ്ടതെന്ന് ചുരുക്കം.

●

## “നീ വരുമെന്ന്
## എനിക്കറിയാമായിരുന്നു”

ആന്റണി ഡി മെല്ലോയുടെ ‘ദ പ്രയർ ഓഫ് ദ ഫ്രോഗ് “ എന്ന കഥയുണ്ട്. യുദ്ധമുഖത്തുള്ള സുഹൃത്തിനെ കാണാൻ മുതലാളിയോട് അനുവാദം ചോദിക്കുന്ന ചെറുപ്പക്കാരനാണ് പ്രധാന കഥാപാത്രം. സുഹൃത്ത് യുദ്ധമുഖത്തായതിനാൽ കാണാനാകില്ലെന്ന് പറഞ്ഞ് മുതലാളി ചെറുപ്പക്കാരന്റെ ആവശ്യം നിരസിക്കുന്നു. പലവട്ടം ചോദിച്ചതിനെ തുടർന്ന് ഒടുക്കം സമ്മതം നൽകുന്നു. സുഹൃത്തിനെ കാണാൻ പോയി തിരിച്ച് വരുന്ന ചെറുപ്പക്കാരനൊപ്പം മൃതദേഹമാണുള്ളത്. അത് ചെറുപ്പക്കാരൻ കാണാൻ പോയ സുഹൃത്തിന്റേതാണ്.

“യുദ്ധമുഖത്തുള്ള സുഹൃത്തിനെ കാണാനാകില്ലെന്ന് പോകുമ്പോഴെ പറഞ്ഞതല്ലേ. അവന്റെ മൃതദേഹം ഏറ്റുവാങ്ങാനാണൊ നീ പോയതെന്ന്” ചെറുപ്പക്കാരനോട് മുതലാളി ചോദിക്കുന്നുണ്ട്. അങ്ങനെയല്ലെന്ന് പറയുന്ന ചെറുപ്പക്കാരൻ തനിക്കുണ്ടായ അനുഭവം വിവരിക്കുന്നതിങ്ങനെ: “സുഹൃത്തിനെ കാണാനെത്തിയപ്പോൾ അവന്റെ ശരീരത്തിൽ ഒരൽപ്പം ജീവൻ അവശേഷിച്ചിരുന്നു. നീ വരുമെന്ന് എനിക്ക് അറിയാമായിരുന്നെന്ന് പറഞ്ഞാണ് അവന്റെ ജീവൻ ശരീരം വെടിഞ്ഞത്”.

നീ വരുമെന്ന് എനിക്കറിയാമായിരുന്നുവെന്ന സുഹൃത്തിന്റെ അവസാന വാക്ക് നമ്മളിൽ മറ്റൊരാൾക്കുണ്ടാകുന്ന പ്രതീക്ഷയുടേതാണ്. നമ്മൾ മറ്റൊരാൾക്ക് പ്രതീക്ഷയാകുന്നിടത്താണ് ഓരോ ജീവിതവും രേഖപ്പെടുത്തപ്പെടുന്നതാകുന്നത്. പ്രയാസങ്ങളിൽ, ദുരിതങ്ങളിൽ, കഷ്ടപ്പാടുകളിൽ ആശ്വാസമായി അവർ വരുമെന്ന ഉറപ്പ് മറ്റൊരാൾക്കുണ്ടാകുക.അതിനായി കാത്തിരിക്കുക. പ്രതീക്ഷകൾക്കൊത്ത് കാത്തിരുന്നവർ എത്തുക. ഇത് നൽകുന്ന ആശ്വാസം ചെറുതല്ല. പരസ്പരം ആശ്വാസമാകുന്ന സാന്നിധ്യമാകാൻ കഴിയുന്നിടത്താണ് ജീവിതം അർത്ഥപൂർണ്ണമാകുക.

കൂടെയുണ്ടെന്ന് ബോധ്യപ്പെടുത്തുന്നതാണ് സാമൂഹ്യത. മനുഷ്യൻ സാമൂഹ്യതയുടെ ഭാഗമായതിനാൽ ഒപ്പമുള്ളവരെ അറിയാതെ മുന്നോട്ടു പോകാനാകില്ല. അത്താഴ പട്ടിണിക്കാരുണ്ടോയെന്ന് നമ്മൾ ചോദിച്ചതും, അയൽവാസി പട്ടിണി കിടക്കുമ്പോൾ വയറു നിറച്ചുണ്ണുന്നവൻ മതത്തിൽ പെട്ടവനല്ലെന്ന് പഠിപ്പിക്കപ്പെട്ടതും നമ്മുടെ ചാരത്തുള്ളവർക്ക് നമ്മൾ കൂടെയുണ്ടാകണമെന്നതിൽ നിന്നാണ്. വയറു നിറക്കാൻ എനിക്കില്ലാതെയാകുമ്പോൾ നീ വരുമെന്ന് എനിക്കുറപ്പായിരുന്നുവെന്ന് ചുറ്റുപാടുകളിലുള്ളവർക്ക് പ്രതീക്ഷിക്കാനാകണം.

പരസ്പര സ്നേഹവും ഇഷ്ടവും അനുകമ്പയും വറ്റാതെ നിൽക്കുന്നിടത്താണ് മറ്റുള്ളവർക്കു വേണ്ടിയുള്ള കാത്തിരിപ്പ് പ്രതീക്ഷയുടേതാകുക. കാത്തിരിക്കാൻ ആരുമില്ലാത്തിടത്ത് കടന്നു വരുന്ന ശൂന്യത അനാഥത്വത്തിന്റേതാണ്. നമ്മുടെ സാന്നിധ്യത്തിനായി കാത്തിരിക്കുന്നവർ ഉണ്ടാകുകയെന്നത് സുകൃതമാണ്. ആ കാത്തിരിപ്പുകളെ കാണാതെ പോകാതിരുന്നാൽ ജീവിതം അടയാളപ്പെടുത്തലുകളുടേതാകും.

# ദൈവത്തിനു വേണ്ടി ചില സുന്ദര കാര്യങ്ങൾ

മദർ തരേസയുടെ ജീവിതം രേഖപ്പെടുത്തിയ മാൽക്കം മാഗ്രിഡ്ജ് മദറിനോട് ചോദിക്കുന്നുണ്ട്; ഈ ജീവിതകാലത്തിനിടയിൽ മനുഷ്യർക്കു വേണ്ടി ചെയ്ത ഏറ്റവും സുന്ദരമായ കാര്യമെന്താണെന്ന്. അവശതകൾ നിറഞ്ഞ മുഖങ്ങളെ മരിക്കുന്നതിന് മുൻപ് ചിരിക്കാൻ സഹായിക്കുന്നു എന്നതായിരുന്നു മദർ നൽകിയ മറുപടി. മറ്റുള്ളവരുടെ മുഖത്ത് പുഞ്ചിരി പടർത്തുകയെന്നതിനേക്കാൾ സുന്ദരമായ കാര്യം മറ്റൊന്നില്ലെന്ന് തിരിച്ചറിയുകയെന്നതാണ് മനുഷ്യന് ആർജ്ജിക്കാനാകുന്ന ആഴമുള്ള സാമൂഹ്യ വിവരം. നമ്മൾ കാരണം ചിരിക്കുന്നവരായി മറ്റുള്ളവർ മാറുന്നതിനേക്കാൾ മനോഹരമായൊരു കർമ്മവും ഭൂമിയിലില്ല. നമ്മളാൽ കണ്ണീർ പൊഴിക്കുന്ന ഒരൊറ്റ കണ്ണുകളും ഉണ്ടാകരുതെന്നത് ചിരി പടർത്തുന്ന പോലെ സുന്ദരമാണ്.

നമ്മൾ ഓരോരുത്തരേയും സ്വന്തത്തിനു വേണ്ടിയെന്നതിൽ നിന്ന് വലിച്ച് പുറത്തിടുമ്പോഴാണ് മറ്റുള്ളവരിൽ പുഞ്ചിരിയായി മാറാനാകുക. അവരുടെ വിഷമങ്ങൾ നമ്മുടേത് കൂടിയാണെന്ന ബോധ്യത്തിലേക്കുള്ള മാറ്റമാണത്. ഒരു കയ്യില്ലാത്തവർക്ക് കയ്യായി മാറുവാൻ, കണ്ണില്ലാത്തവർക്ക് കാഴ്ച്ചയുടെ വെളിച്ചം നൽകുവാൻ, നടക്കാനാകാത്തവർക്ക് കാലായി മാറുവാൻ കഴിയുന്നിടത്താണ് മറ്റുള്ളവരിൽ പുഞ്ചിരി പടർത്താനാകുക. അവരുടെ സങ്കടങ്ങളിലേക്കുള്ള പരകായപ്രവേശമാണത്. ഞാൻ എന്റേതു മാത്രമല്ലെന്ന തിരിച്ചറിവിൽ നിന്നാണ് ഈയൊരു മാറ്റം സാധ്യമാകുക. പരാശ്രയമെന്നത് മനുഷ്യന്റെ പര്യായമാണ്. ചുറ്റിലുമുള്ളവരിലേക്ക് പടർന്നു കയറുന്നതാണ് സാമൂഹ്യത. ആകാശം മുട്ടെ ഒറ്റയാനായി വളർന്ന് സ്വന്തത്തിന് തണൽ വിരിക്കുന്ന ഒന്നും മനുഷ്യന്റെ നാനാർത്ഥമാകില്ല.

കൂട്ടം തെറ്റിപ്പോയ ആടിനെ തേടി പോകുന്ന ആട്ടിടയന്റെ കഥയുണ്ട് ബൈബിളിൽ. നൂറ് ആടുകളുള്ള കൂട്ടത്തിൽ നിന്ന് ഒന്നിനെയാണ് കാണാതായത്. തൊണ്ണൂറ്റി ഒമ്പതെണ്ണത്തെ കൂട്ടമായി വിട്ട് ആട്ടിടയൻ കാണാതായ ഒന്നിനെ തേടി പോകുന്നതാണ് കഥ. കൂട്ടം തെറ്റി ഒറ്റപ്പെടുന്നവരെ ഒറ്റക്കാക്കരുതെന്നതാണ് കഥയുടെ സാരം. കൂട്ടമായി പോകുന്നതിനെ തെളിക്കാൻ ആരെങ്കിലുമുണ്ടാകണമെന്നില്ല. ഒറ്റപ്പെട്ടുപ്പോകുന്നവരിലേക്കാണ് ഓരോരുത്തരും ചേരേണ്ടത്. അവരുടെ സങ്കടങ്ങളിലേക്ക് നമ്മുടെ കൈകൾ തലോടലാകണം. ഒറ്റപ്പെടുത്തുകയെന്നതല്ല. കൂടെയുണ്ടെന്ന് ഉറപ്പുകൊടുക്കുകയെന്നതാണ് മറ്റുള്ളവരിൽ പുഞ്ചിരി പടർത്താനുള്ള സ്നേഹവാക്യം.

നീ വരുമെന്ന് എനിക്കറിയാമായിരുന്നു. നീ വിളിക്കുന്നത് ഞാൻ കാത്തിരിക്കുകയായിരുന്നു. എന്നിങ്ങനെ പറയുന്നത് കേട്ടിട്ടില്ലെ. മനസ്സുകൊണ്ടുള്ള പറച്ചിലാണത്. ഹൃദയം കൊണ്ടുള്ള കാത്തിരിപ്പായിരുന്നു അത്. നമ്മൾ ഹൃദയത്തോട് ചേർത്തുവെക്കുന്നവർക്കായുള്ള കാത്തിരിപ്പാണ് ഓരോ ജീവിതത്തേയും മുന്നോട്ടുകൊണ്ടു പോകുന്നത്. അവരുടെ കാത്തിരിപ്പുകൾക്ക് സാന്നിധ്യമാകാൻ നമ്മൾക്കാകുമ്പോഴാണ് അവരുടെ മുഖങ്ങളിൽ നിറങ്ങളുടെ പങ്കിട്ട് പ്രകടമാകുക. മറ്റുള്ളവരിൽ നിറങ്ങളായി മിന്നിമായാൻ നമുക്കാകുന്നുണ്ടെങ്കിൽ ഓരോ ജീവിതങ്ങളും എത്ര മനോഹരമാകും. ഇരുട്ടിന്റെ നിഗൂഢതയാണ് ഒറ്റപ്പെടൽ. ആരുമില്ലെങ്കിലും ഞാൻ ജീവിക്കുമെന്നത് ആവേശത്തോടെ പറയാവുന്ന വാക്കുകൾ മാത്രമാണ്. കാഴ്ച്ചകളെ മുറിച്ചുകളയുന്ന, പ്രതീക്ഷകളെ അറുത്തിടുന്ന വഴിയറ്റമാണ് ആരുമില്ലാതാകുകയെന്നത്. വഴികൾ തുറന്നു കിട്ടുമ്പോൾ മുഖത്ത് വിരിയുന്ന പുഞ്ചിരിയാകാൻ ഒറ്റപ്പെടലിനെ വെട്ടിമുറിക്കുന്ന സ്നേഹബന്ധങ്ങൾക്കേ സാധിക്കൂ.

അന്യരായി ആരുമില്ലെന്നത് മനുഷ്യരിലുണ്ടാക്കുന്ന ആത്മവിശ്വാസം ചെറുതല്ല. മനുഷ്യന്റെ അതിജീവനത്തിന്റെ വഴികൂടിയാണത്. നാടിനെയാകെ മുക്കിയ പ്രളയകാലത്ത് നമ്മളത് കണ്ടു. ആരും അന്യരല്ലെന്നത്. മുങ്ങിത്താഴുമായിരുന്നിടത്ത് പരസ്പരം കൈകളായപ്പോൾ വിസ്മയകരമായാണ് നമ്മൾ കരകയറിയത്. കയ്യിലുള്ള സമ്പാദ്യത്തിന്റെ വലിയ പങ്കം മറ്റുള്ളവർക്കായി നൽകാൻ മടിയില്ലാതിരുന്നത് ആരും അന്യരല്ലെന്ന ബോധ്യമായിരുന്നു. ദുരിതബാധിതർക്കായി വാരിക്കോരിക്കൊടുക്കുന്ന നന്മയുള്ള മനസ്സുകളെ നാം ഏറെ കണ്ടു. പ്രളയജലത്തിൽ മുറിവേറ്റവർ തങ്ങളുടെ ആരെല്ലാമൊ ആണെന്നതിൽ നിന്നാണ് അവരങ്ങനെ നൽകിയത്. ഇവർ പടർത്തിയ പുഞ്ചിരിയാണ് എല്ലാം നഷ്ടപ്പെട്ടിട്ടും വലിയൊരു മനുഷ്യക്കൂട്ടത്തിന് നിറമുള്ള ജീവിതം നഷ്ടപ്പെടുത്താതിരുന്നത്.

മദർ തരേസയുടെ ജീവിതമെഴുതിയ പുസ്തകത്തിന് മാൽക്കം മാഗ്രിഡ്ജ് നൽകിയ പേര് “something beautiful for God”

എന്നാണ്. ദൈവത്തിന് വേണ്ടി ചെയ്യുന്നവയിൽ എങ്ങനെ സൗന്ദര്യം ചാർത്താനാകുമെന്നതാണ് പുസ്തകത്തിന്റെ തലക്കെട്ട് നൽകുന്ന ആശയം. സർഗ്ഗാത്മകം എന്നതിനപ്പുറത്ത് അനിവാര്യമായ പ്രായോഗികത തേടുന്നുണ്ട് ഈ പ്രയോഗം. മനുഷ്യനെ മറന്നുള്ള ദൈവസാമീപ്യത്തിന് സൗന്ദര്യമുണ്ടാകില്ലെന്നതാണ് മനുഷ്യകേന്ദ്രീകൃത സാമൂഹ്യത അർത്ഥമാക്കുന്നത്. " ഞാൻ അസുഖബാധിതനായി കിടന്നു. നീ എന്തുകൊണ്ട് എന്നെ കാണാൻ വന്നില്ല." എന്ന് ദൈവം ചോദിക്കുന്നതായി മുഹമ്മദ് നബി പഠിപ്പിക്കുന്നുണ്ട്. ദൈവമെ... താങ്കൾ രോഗബാധിതനാകുകയൊ എന്ന മനുഷ്യരുടെ ചോദ്യത്തിന് "രോഗബാധിതനായി കിടന്ന നിങ്ങളുടെ അയൽക്കാരനെ കാണാനും പരിചരിക്കാനും വന്നിരുന്നെങ്കിൽ അവിടെ എന്നെ കാണാമെന്നായിരുന്നു" എന്നാണ് ദൈവം നൽകുന്ന മറുപടി. എങ്ങനെയാണ് ദൈവസാമീപ്യം സാധ്യമാക്കാനാകുകയെന്ന് മനോഹരമായി പറഞ്ഞു തരികയായിരുന്നു പ്രവാചകൻ.

സ്വന്തത്തിനു വേണ്ടി എന്നതോടൊപ്പം മറ്റുള്ളവർക്കു വേണ്ടി കൂടിയാകുമ്പോഴാണ് ദൈവത്തിനു വേണ്ടി ചെയ്യുന്നവക്ക് സൗന്ദര്യം കൈവരുന്നത്. അയൽവാസി പട്ടിണി കിടക്കുമ്പോൾ വയറുനിറച്ചുണ്ണുന്നവൻ മതത്തിൽ പെട്ടവനല്ലെന്ന് പറഞ്ഞുവെക്കുന്നത് നമ്മളിലെ സുഭിക്ഷത അയൽപക്കത്തെ ഒട്ടിയ വയറിനു കൂടി അവകാശപ്പെട്ടതാണെന്ന് പഠിപ്പിക്കാനായിരുന്നു. അനാഥകൾ, അഗതികൾ എന്നിവരുടെ കാര്യത്തിൽ കണിശമായ സംരക്ഷണം സാധ്യമാക്കുന്നവർ സ്വർഗ്ഗത്തിൽ തന്നോടൊപ്പം ഇതുപോലെ ഒരുമിച്ചായിരിക്കുമെന്ന് അടുത്തടുത്ത രണ്ട് വിരലുകളുയർത്തി മുഹമ്മദ് നബി പറഞ്ഞുതരുന്നുണ്ട്. അനാഥക്കുട്ടിയെ തള്ളിക്കളയുന്നവരും, പാവപ്പെട്ടവരുടെ ഭക്ഷണകാര്യത്തിൽ പ്രോത്സാഹനം നൽകാത്തവരുമാണ് ഖുർആനിന്റെ അധ്യാപനത്തിൽ മതത്തെ വ്യാജമാക്കിയവർ.ഇത്തരക്കാരുടെ ആരാധനകൾകൊണ്ട് യാതൊരു കാര്യവുമില്ലെന്നു കൂടി സ്പഷ്ടമാക്കുന്നുണ്ട്.

ആരാധനകളിൽ മുഴുകുന്ന വിശ്വാസി സമൂഹത്തിന്റെ ചിത്രങ്ങൾ ഏറെയുണ്ട്. തീർത്ഥാടന കേന്ദ്രങ്ങൾ വിശ്വാസികളാൽ നിബിഡമാണ്.മത ചിഹ്നങ്ങളുടെ പ്രദർശനമാണ് എങ്ങുമുള്ളത്. ആത്മീയത തൊട്ടു തീണ്ടാത്ത ആരാധനകൾ കൊണ്ട് നിറഞ്ഞു കവിഞ്ഞ സാമൂഹ്യ പരിസരത്തു നിന്ന് മനുഷ്യത്വം ഒലിച്ചുപോയിരിക്കുന്നു. മനുഷ്യരെ കാണാതെ മതത്തെ സ്ഥാപിക്കാനുള്ള നെട്ടോട്ടത്തിലാണ് അധികപേരുമുള്ളത്.

●

## ജീവിതം;
## ചില പ്രേരണകളുടേതാണ്...

ജോൺസിയും സ്യൂവും ഹൃദയം തൊട്ട കൂട്ടുകാരികളാണ്. കലാകാരികളായ ഇരുവരും ഒരുമിച്ചായിരുന്നു താമസം. താഴത്തെ നിലയിൽ അറുപത് കഴിഞ്ഞ ബേർമനെന്ന ചിത്രകാരനുണ്ട്. തനിക്കൊരു ഉത്തമ സൃഷ്ടി വരച്ചുണ്ടാക്കാനാകാത്തതിലെ മനോവിഷമം അദ്ദേഹത്തെ അലട്ടിയിരുന്നു. നഗരത്തിൽ ന്യൂമോണിയ പൊട്ടിപ്പുറപ്പെട്ടു. പലരും മരിച്ചു. വൈകാതെ ജോൺസിയും ബേർമനും ന്യൂമോണിയയുടെ ചുഴിയിൽപെട്ടു. ജോൺസിക്കു താൻ മരിക്കുമെന്ന ചിന്ത. അവൾ പുറത്തേക്കു നോക്കിക്കിടന്ന് പന്ത്രണ്ട്, പതിനൊന്ന്, പത്ത് എന്നിങ്ങനെ എണ്ണുന്നു. സ്യൂ കൗതുകത്തോടെ ചെന്നുനോക്കി. അടുത്ത വീട്ടിലെ കൽമതിലിൽ പടർന്ന മുന്തിരി വള്ളിയിലെ ഇലകൾ കൊഴിഞ്ഞു വീഴുന്നുണ്ട്. അവസാനത്തെ ഇലയും വീഴുമ്പോൾ താൻ മരിക്കുമെന്ന വിശ്വാസമാണ് ജോൺസിക്ക്. അവളുടെ നില തീരെ മോശമെന്ന് സ്യൂവിനോടു ഡോക്ടർ പറഞ്ഞിരുന്നു.

ജോൺസി പുറത്തേക്കു നോക്കിപ്പറഞ്ഞു, ഇതാ ഇപ്പോൾ നാലില മാത്രം. അവസാനത്തേതും ഉടൻ വീഴും. അവളോടു കണ്ണടച്ചു കിടക്കാൻ പറഞ്ഞിട്ട് സ്യൂ താഴെ ബേർമനെ കാണാൻ പോയി. വിവരങ്ങൾ പറഞ്ഞു. അവൾ മരിച്ചുകൂടെന്നു ബേർമൻ. സ്യൂവിനെക്കൂട്ടി മുകളിൽ ച്ചെന്നു. ജോൺസി ഉറക്കമാണ്. കർട്ടൻ നീക്കി നോക്കിയപ്പോൾ ഡിസംബറിലെ തണുത്ത മഴവെള്ളം വള്ളിച്ചെടിയിലും വീഴുന്നു. ഇനി മഞ്ഞും വീഴും. രാത്രി കനത്ത മഴയും കാറ്റും ഉണ്ടായി. പക്ഷേ രാവിലെ ജോൺസി കർട്ടൻ നീക്കി നോക്കിയപ്പോൾ മഞ്ഞയും പച്ചയും കലർന്ന ഒരിലയുണ്ട്. അവൾ പറഞ്ഞു, "ഞാൻ മണ്ടിയാണ്. മരിക്കുമെന്നു കരുതി. എനിക്കു ജീവിക്കണം." ഡോക്ടർ അവളെ പരിശോധിച്ച് പറഞ്ഞു, രോഗം ഭേദമാകുകയാണ്. രാവിലെ ബേർമൻ ആശുപത്രിയിൽ വച്ചു മരിച്ചു. പിന്നീട് അയൽക്കാർ മുന്തിരിവള്ളി

പടർന്ന ഭിത്തിയോടു ചേർന്ന് മഞ്ഞയും പച്ചയും നിറങ്ങളിലുള്ള പെയിന്റും ബ്രഷും മറ്റും കണ്ടു. ഒരു കാറ്റത്തും ഇളകാത്ത അവസാന ത്തെ ഇലയും. കൊടുങ്കാറ്റടിച്ച രാത്രിയിൽ ബേർമൻ വരച്ച തീർത്തത് തന്റെ ഉത്തമ സൃഷ്ടിയായിരുന്നു.

ഒ ഹെൻറിയുടെ വിഖ്യാത കഥ "അവസാനത്തെ ഇല"യുടെ സംഗ്രഹമാണിത്.

ചുറ്റമുള്ളവരിൽ ജീവിതത്തെ കുറിച്ചുള്ള പ്രതീക്ഷ

നൽകുകയെന്നതിനേക്കാൾ ഉത്കൃഷ്ടമായ സൃഷ്ടി മറ്റൊന്നില്ല. നാളെയെന്നത് പ്രതീക്ഷയാകുന്നത് ഇന്നിന്റെ യാത്രയിൽ നിന്നാണ്. കൊഴിഞ്ഞു തീരുന്ന ഇന്നിൽ നിന്ന് നാളെ വിടരുമ്പോൾ അതിനെ ഹൃദയപൂർവ്വം സ്വീകരിക്കുവാനുള്ള ശുഭകരമായ വിചാരമാണ് മനുഷ്യനെ ഉത്കർഷത്തിലെത്തിക്കുന്നത്. സാമൂഹ്യ ജീവിയെന്ന നിലയിൽ ഓരോ മനുഷ്യനേയും നാളെയെ കുറിച്ചുള്ള ശുഭകരമായ പ്രതീക്ഷയിലേക്കെത്തിക്കുന്നതിൽ മറ്റുള്ളവരിൽ നിന്നുള്ള പ്രേ രണകളുണ്ട്. പരസ്പരം ഓരോരുത്തർക്കും വേണ്ടിയാകുന്നതിൽ നിന്ന് സാധ്യമാകുന്നതാണിത്. അവരിലെ പ്രതീക്ഷയെ നമുക്കും, നമ്മിലെ പ്രതീക്ഷയെ അവർക്കും തിരിച്ചറിഞ്ഞ് കരുത്താകാനാ യാൽ നാളേക്കു വേണ്ടി ധൃതിയോടെ കാത്തിരിക്കുന്നവരായി ഓരോ രുത്തരും മാറും.

ജീവിക്കാൻ പ്രേരിപ്പിക്കുകയെന്നത് ചെറിയ കാര്യമല്ല. അസംതൃ പതിയുടെ ഭാണ്ഡക്കെട്ടുമായാണ് മനുഷ്യന്റെ ജീവിതയാത്ര. ആവശ്യ ങ്ങളും ആഗ്രഹങ്ങളും നിറച്ച ചുമട് തലയിൽ താങ്ങി നടക്കുന്ന മനുഷ്യനോട് നാളത്തെ ദിവസം നിങ്ങളുടേതാണെന്ന് അവരുടെ മനസ്സിൽ വരച്ചിടാൻ അത്ര എളുപ്പമല്ല. കാറ്റിലും മഴയിലും കൊഴിഞ്ഞു പോകാതെ കൂടെയുണ്ടാകുമെന്ന ഉറപ്പിൽ നിന്ന് സാധ്യമാകുന്നതാണ് നാളെയെ കുറിച്ചുള്ള നിറമുള്ള പ്രതീക്ഷ.

ഇന്നൊരു പുതിയ പ്രഭാതം നമുക്കുവേണ്ടി പുഞ്ചിരിയോടെ കാത്തിരിക്കുന്നു. പ്രഭാതങ്ങളുടെ മനോഹാരിതയ്ക്ക് മാറ്റമില്ല. ഈ ദിവസം എങ്ങനെ ധന്യമാക്കാം എന്നു തീരുമാനിക്കേണ്ടത് നാം ഓരോരുത്തരുമാണ്. എങ്ങനെയാണ് ഇന്നത്തെ ദിവസം ധന്യമാക്കുക?

പൂർണമായ ഒരു ദിവസത്തെ സമ്മാനമായി നൽകുന്നുവെന്ന ഉറപ്പോടെയാണ് ഓരോ പ്രഭാതവും നമ്മുടെ മുന്നിലെത്തുന്നത്. എങ്ങനെ നമുക്കീ ദിവസത്തെ ധന്യമാക്കാം. എന്നത്തേയും പോലെ ഒരു പകൽ, ഒരു രാത്രി എന്നതിൽ നിന്ന് വ്യത്യസ്തമായ വിചാരത്തി ന്റെ സൃഷ്ടിയാണ് ധന്യമായ ഒരു ദിവസം.

ഓരോ വ്യക്തിക്കും ഓരോന്നാണ് ചെയ്യുവാനുള്ളത്. പ്രപഞ്ചനാട കത്തിൽ ഓരോ കഥാപാത്രത്തിനും വ്യത്യസ്തങ്ങളായ ധർമ്മമാണു ള്ളത്.

സ്വന്തം ഉത്തരവാദിത്വത്തെക്കുറിച്ച് ചിന്തിക്കുമ്പോൾ ആദ്യമായി അവനവനിൽ ഉയരുന്ന ഒരു ചോദ്യമുണ്ട്. നാം എന്തെല്ലാമാണ് ചെയ്യാൻ ബാധ്യസ്ഥരായിരിക്കുന്നത്? എന്താണ് ഈ ദിവസത്തെ പ്രവർത്തനലക്ഷ്യം. ലക്ഷ്യത്തെക്കുറിച്ചു ബോധമില്ലാതെ നമുക്കൊന്നും ചെയ്യാൻ കഴിയില്ല. ഓരോ ചലനത്തിനും അതിന്റേതായ ലക്ഷ്യമുണ്ടായിരിക്കണം. പുറത്തേക്കിറങ്ങുമ്പോൾത്തന്നെ ലക്ഷ്യത്തെക്കുറിച്ച് ഏകദേശ ധാരണയുണ്ടായിരിക്കണം. മാവിലേക്ക് കല്ലെറിയുന്ന ഒരു കുട്ടിയെ സംബന്ധിച്ചിടത്തോളം ആ കല്ല് മാങ്ങയിൽ കൊള്ളുക എന്നതാണ് ലക്ഷ്യം.

ഇത്രയും ചിന്തിക്കവേ നമ്മെ കൂടുതൽ ആശയക്കുഴപ്പത്തിലാക്കുന്ന ഒരു കാര്യമുണ്ട്. ഇന്നലത്തേതിന്റെ ബാക്കിയായിരിക്കുമല്ലോ ഇന്നിന്റെ ലക്ഷ്യം. സ്വാഭാവികമായും അത് നാളെ തുടരുകയും ചെയ്യും. അതിനാൽ ഭൂതകാലത്തെ നമുക്ക് വിസ്മരിക്കുക വയ്യ. ഭാവിയെക്കുറിച്ച് ചിന്തിക്കാതിരിക്കാനും വയ്യ. അതിനാൽ ജീവിതത്തിന്റെ ആകമാനം ലക്ഷ്യമെന്തെന്ന് നാം ഒരു നിമിഷം ചിന്തിച്ചേ പറ്റൂ.

എന്താണ് നാം ഓരോരുത്തരുടെയും ജീവിതലക്ഷ്യം? അല്ലെങ്കിൽ എന്തായിരിക്കണം നമ്മുടെ ജീവിതലക്ഷ്യം? ആ ചിന്തയിലാണ് ജ്ഞാനത്തിന്റെ ആരംഭം. ലക്ഷ്യങ്ങൾ പലതാകാമെങ്കിലും അത് മറ്റു ജീവജാലങ്ങളിൽനിന്നും നമ്മെ വ്യത്യസ്തരാക്കണം. പരദൂഷണത്തിൽ വ്യാപൃതനാകുക എന്നത് ലക്ഷ്യമല്ല. അന്യന്റെ മുതൽ തട്ടിയെടുക്കാൻ ശ്രമിക്കുന്നതും ലക്ഷ്യമല്ല. മറ്റൊരാളെ വേദനിപ്പിക്കുക എന്നത് എന്നിൽ നിക്ഷിപ്തമായ നിയോഗമല്ല. അത്തരം പ്രവർത്തനങ്ങൾ നമുക്ക് ശാശ്വതമായ സമാധാനം നൽകുകയില്ല. ജീവിതത്തിന്റെ ഭാവിയെക്കുറിച്ചു ചിന്തിക്കുവാൻ നമുക്കോരോരുത്തർക്കും സ്വാതന്ത്ര്യമുണ്ട്. നമ്മുടെ ജീവിതശൈലിയാവില്ല അപരന്റേത്. ഇത് വാസനകൾക്കനുസരിച്ച് മാറിക്കൊണ്ടിരിക്കും. പക്ഷേ, എല്ലാ സ്രോതസ്സുകളും ചെന്നുചേരുന്ന കേന്ദ്രബിന്ദു ഒന്നാണ്. കർമത്തിൽ വിശുദ്ധി വന്നുചേരുമ്പോൾ എല്ലാ കർമങ്ങളും ആത്മീയ സാക്ഷാത്ക്കാരത്തിനുള്ള മാർഗങ്ങളാകുന്നു.

●

# കാരുണ്യത്തിന്റെ ഹൃദയതാളം നിലക്കുമ്പോൾ സംഭവിക്കുന്നത്...?

മനസ്സുകളിൽ നിന്ന് കാരുണ്യം വറ്റിയ സമൂഹത്തിന്റെ ഗതി എന്തായിരിക്കുമെന്ന് ആലോചിച്ചിട്ടുണ്ടോ. മനുഷ്യത്വം ഇല്ലാതാകും അത്ര തന്നെ. മാലാഖ സമാനമായ മനുഷ്യൻ പൈശാചികതയിലേക്ക് രൂപാന്തരപ്പെടുമെന്ന് ചുരുക്കം. പിഞ്ചു കുഞ്ഞുങ്ങളോടുള്ള അതിക്രമങ്ങളോരോന്നും കാരുണ്യത്തിന്റെ വരൾച്ചയിൽ നിന്ന് സംഭവിക്കുന്ന പൈശാചികതയാണെന്ന് സംഗ്രഹിക്കാം. നൊന്തുപെറ്റ വയറിനു പോലും സ്വന്തം കുഞ്ഞ് കാരുണ്യത്തിന്റെ ഹൃദയ താളമാകുന്നില്ലെന്നതാണ് സമകാലീന മാനസികാവസ്ഥ. കുഞ്ഞുമേനികൾക്കു നേരെയുള്ള നിഷ്ഠൂര ചെയ്തികൾ വർധിക്കുന്ന കാലം പ്രതിനിധാനം ചെയ്യുന്നത് ക്രൂരതയുടെ പരിസരത്തെയാണ്. ഒറ്റപ്പെട്ടതെന്ന് പറഞ്ഞുതള്ളാനാകാത്ത വിധം കുഞ്ഞു നിലവിളികൾ അന്തരീക്ഷത്തെയാകെ അസ്വസ്ഥമാക്കുന്നുണ്ട്. സ്വന്തം സുഖലോലുപതക്കു മുന്നിൽ തടസ്സമായി മാറുന്ന ഇളം മേനികളെ കരിങ്കൽ ഭിത്തികളിലെറിഞ്ഞും ശ്വാസം മുട്ടിച്ചും ഇല്ലാതാക്കുന്നവരുടെ എണ്ണം കൂടി വരുന്നുവെന്നത് മനുഷ്യത്വത്തിന്റെ ഹൃദയമിടിപ്പുകളിൽ സൃഷ്ടിക്കുന്ന വ്യതിയാനം ചെറുതല്ല.

ജന്മം നൽകിയ അച്ഛനിൽ നിന്നും, മാതൃത്വം തുളുമ്പേണ്ടുന്ന പെൺകോലങ്ങളിൽ നിന്നുമാണ് ഈ ക്രൂരതകളത്രയും പിഞ്ചോമനകൾക്ക് നേരിടേണ്ടി വരുന്നത്. അച്ഛന്റെ വിരലിൽ തൂങ്ങിയും, അമ്മയുടെ പരിലാളനകളേറ്റും വളരേണ്ടിയിരുന്ന ഇവർക്ക് വളർച്ചയുടെ ഘട്ടങ്ങളിൽ അവകാശപ്പെട്ടവയെല്ലാം അന്യം നിൽക്കുന്നു. സ്നേഹവും, തലോടലും, ചുടുചുംബനവും കൊണ്ട് വാരിപ്പുണരേണ്ടിയുരുന്ന കൺമണികളെ മരണത്തിന്റെ വഴിയിലേക്ക് വലിച്ചെറിഞ്ഞ് മാറി നിന്നാസ്വദിക്കാൻ മാത്രം കാരുണ്യം വറ്റിവരണ്ട മനസ്സുകളായി മനുഷ്യൻ മാറിയിരിക്കുന്നു. എത്രതന്നെ ക്രൂരനാണെങ്കിലും സ്വന്തം ചോരയിൽ പിറന്ന പറക്കമുറ്റാത്തവരോട് മനുഷ്യത്വമില്ലായ്മ

കാണിക്കാൻ പച്ച കരളുള്ളവർക്ക് സാധിക്കില്ലെന്നായിരുന്നു കരുതപ്പെട്ടത്. മൃഗങ്ങൾ തങ്ങൾക്ക് പിറന്നവരോട് ക്രൂരത കാണിക്കാറില്ലെന്നതിനാൽ മനുഷ്യന്റെ ചെയ്തികളെ മൃഗീയതയെന്ന് വിളിച്ച് ആക്ഷേപിക്കാനാകില്ല. കണ്ണിന് കുളിർമ്മയും, മനസ്സിന് സന്തോഷവും നൽകുന്ന പിഞ്ചോമനകൾക്ക് മുന്നിൽ സംഹാരത്തിന്റെ തീക്ഷണഭാവം പുറത്തെടുക്കാൻ ജന്മം നൽകിയവരെ പ്രേരിപ്പിക്കുന്നതിലെ പൈശാചികത അതീവ ഗൗരവം നിറഞ്ഞതാണ്. മനുഷ്യനിൽ സംഭവിക്കുന്ന മനുഷ്യത്വമില്ലായ്മ സാമൂഹ്യഗതിയുടെ സന്തുലിതാവസ്ഥയെയാണ് ചോദ്യം ചെയ്യുന്നത്.

മനുഷ്യനിലെ മൃദുല വികാരങ്ങളെ ഉണർത്തുന്ന ആകാര സൗന്ദര്യങ്ങളാണ് പിഞ്ചോമനകൾ. ശിലാഹൃദയങ്ങളെപോലും നൈർമല്യമുള്ള മനസ്സുകളാക്കി പരിവർത്തിപ്പിക്കാൻ കരുത്തുള്ളതാണ് കുഞ്ഞുമുഖങ്ങളിലെ നിഷ്കളങ്കമായ നോട്ടവും, പാൽ പുഞ്ചിരിയും. അതിക്രമകാരിയെ നിരായുധനാക്കാൻ അരുമക്കളേക്കാൾ ശേഷിയുള്ളതായി മറ്റൊന്നില്ല. രക്തബന്ധമെന്നത് കോർത്തിണക്കപ്പെട്ട ഹൃദയങ്ങൾ പോലെ അടുത്തതാണ്. പരസ്പരം വലിച്ചകറ്റാൻ കഴിയാത്തവിധം അസാന്നിധ്യത്തിലും ചേർന്നു നിൽക്കുന്നതാണത്. കുഞ്ഞുമേനിയിൽ ഉറുമ്പ് കടിക്കുമ്പോൾ നമ്മുടെ ഹൃദയം വേദനിക്കുന്നത് മനസ്സിന്റെ മൃദുവികാരതയിൽ നിന്നായിരുന്നു. സ്നേഹവും കാരുണ്യവും, ദയയും, അനുകമ്പയും പ്രപഞ്ച സ്രഷ്ടാവ് മനസ്സുകളിൽ കോരിയിട്ട മഹത് ഗുണങ്ങളാണ്. പരസ്പരം ഇവ മറയില്ലാതെ പ്രകടമാക്കപ്പെടുന്നിടത്താണ് മനുഷ്യൻ ഇതര സൃഷ്ടികളിൽ നിന്ന് വിത്യസ്തനാകുന്നത്.

മനുഷ്യനിലെ ഹിംസാത്മകതക്ക് മനുഷ്യനോളം പഴക്കമുണ്ടെങ്കിലും ബന്ധങ്ങളിലേക്കിത് കടന്നുവരാൻ തുടങ്ങിയിട്ട് കാലമേറെയായിട്ടില്ല. കുടുംബ ബന്ധങ്ങളുടെ തകർച്ചയും, ദാമ്പത്യത്തിലെ വഴിപിരിയലും സാധാരണ കാര്യമായി നിസാരവത്കരിക്കപ്പെട്ടിടത്താണ് അരുംക്രൂരതകൾ വീടുകൾക്കകത്ത് സ്ഥാനം പിടിച്ചത്. ദാമ്പത്യത്തിലൂടെ ഉണ്ടാകേണ്ട പരസ്പര ബഹുമാനം സംശയങ്ങൾക്ക് വഴിമാറുകയും, അവിഹിതബന്ധങ്ങൾക്കുള്ള സാഹചര്യങ്ങൾ മലക്കെ തുറന്നിടപ്പെടുകയും ചെയ്തപ്പോൾ കൂടുമ്പോൾ ഇമ്പമുണ്ടാകേണ്ടിയിരുന്ന കുടുംബം ഭൂകമ്പ സമാനമായി മാറി. ഈ സാഹചര്യത്തിലേക്ക് പിറന്ന് വീഴുകയോ, വളർന്ന് വലുതാവുകയോ ചെയ്യുന്ന കുഞ്ഞിന് അസ്വസ്ഥതകൾ നിറഞ്ഞ അന്തരീക്ഷമായിരിക്കും താരാട്ടായി ലഭിക്കുക.

കുട്ടികൾക്കെതിരായ അതിക്രമം ക്രമാതീതമായി വർദ്ധിച്ചുവരുന്നതായാണ് കണക്കുകൾ വ്യക്തമാക്കുന്നത്. ക്രൈം റെക്കോർഡ്സ് ബ്യൂറോയുടെ കണക്കുകൾ പ്രകാരം കഴിഞ്ഞ മൂന്ന് വർഷത്തിനിടെ കുട്ടികൾക്കെതിരായ അതിക്രമങ്ങളിലെ കേസുകളിൽ മൂന്നിരട്ടി

വർദ്ധനവാണുണ്ടായിട്ടുള്ളത്. കഴിഞ്ഞ വർഷം മാത്രം 1324 കേസുകളാണ് രജിസ്റ്റർ ചെയ്യപ്പെട്ടത്. കൊലപാതകം, തട്ടിക്കൊണ്ടുപോകൽ, മറ്റുതരത്തിലുള്ള കുറ്റകൃത്യങ്ങൾ എന്നിങ്ങനെ തിരിച്ചുള്ള കണക്കാണിത്.

മനുഷ്യബന്ധങ്ങൾക്ക് ഏറെ വിലകൽപ്പിക്കുന്ന സമൂഹമെന്ന ഖ്യാതിയുള്ള കേരളത്തിൽ നിന്നുള്ളതാണ് ഈ കണക്കുകളെന്നത് അത്ഭുതപ്പെടുത്തുന്നതാണ്. ദേശീയതലത്തിൽ കുട്ടികൾക്കെതിരായ ബലാത്സംഗകേസുകളിൽ കേരളം ആറാം സ്ഥാനത്ത് എത്തിനിൽക്കുന്നുവെന്നതും ഇതോടൊപ്പം ചേർത്ത് വെക്കേണ്ടതുണ്ട്.

കുടുംബപ്രശ്നങ്ങളാണ് കുട്ടികൾക്കെതിരായ അതിക്രമങ്ങൾക്ക് പ്രധാനകാരണമെന്നാണ് മനഃശാസ്ത്രവിദഗ്ദരുടെ അഭിപ്രായം. അച്ഛന്റെയോ, അമ്മയുടേയോ പുനർ വിവാഹവും കുട്ടികൾക്ക് മുന്നിൽ അരക്ഷിതാവസ്ഥ തീർക്കാൻ വഴിയൊരുക്കുന്നു. അടുത്തിടെ പുറത്തുവന്ന രണ്ടാനമ്മയുടെ പീഡനകഥകൾ ഇത് ശരിവെക്കുന്നു. സ്വന്തം രക്തത്തിൽ പിറന്ന മക്കളെ പുതിയ ഭാര്യ പീഡിപ്പിക്കുമ്പോൾ നോക്കിനിൽക്കുന്നവരായി ജന്മം നൽകിയവർ മാറുന്നത് സ്വാർത്ഥതാൽപര്യങ്ങൾക്കും ജീവിത സുഖലോലുപതക്കും മക്കൾ ബാധ്യതയായി മാറുന്നു എന്നിടത്ത് നിന്നാണ്.

അടിച്ചു വളർത്തിയാലെ കുട്ടികൾ നന്നാകുവെന്ന വിചാരം പലപ്പോഴും അതിക്രമങ്ങളായി രൂപപ്പെടാറുണ്ട്. മതാപിതാക്കളോട് ഭയപ്പാടോടെ ഇടപഴകുന്ന മക്കളെയാണ് ഇതിലൂടെ സൃഷ്ടിക്കുന്നത്. മക്കളെ നിറുത്തേണ്ടിടത്ത് നിറുത്തുകയെന്നത് അകറ്റി നിറുത്തുകയെന്നതായി മാറുകയും ചെയ്യുന്നു. തങ്ങളുടെ സ്വകാര്യ ജീവിതത്തിന് തടസ്സമാണെന്ന് കണ്ട് രക്ഷിതാക്കൾ കുട്ടികളെ ഒഴിവാക്കുന്ന കാലമാണിതെന്ന് കൂടി ഓർക്കേണ്ടതുണ്ട്. സ്നേഹവും ലാളനയും മനസ്സിനകത്ത് പൂട്ടിവെച്ച് മക്കളോട് ഇടപഴകുന്ന പിതാവും, മകളുടെ ശരീരത്തിൽ ക്രൂരവിനോദം നടത്തുന്ന അച്ഛനും മക്കൾക്ക് അവകാശപ്പെട്ടത് നൽകുന്നതിൽ മാപ്പർഹിക്കാത്ത വീഴ്ച്ച വരുത്തുന്നവരാണ്.

പുതിയ തലമുറയെ ക്രമപ്പെടുത്തി വളർത്തുന്നതിൽ മാതാപിതാക്കളുടെ ഭാഗത്ത് നിന്നുണ്ടാകുന്ന ഇത്തരം വീഴ്ചകൾ സുഗമമായ സമൂഹഗതിക്ക് മുന്നിലാണ് വിലങ്ങുതടി തീർക്കുന്നത്.

മനുഷ്യനിലെ ക്രൂരത സകലമറകളും നീക്കി പുറത്ത് വന്നിരിക്കുന്നുവെന്നതാണ് നിലക്കാത്ത കുഞ്ഞുനിലവിളികൾ പ്രകടമാക്കുന്നത്. ജനിക്കുവാനും, വളരുവാനുമുള്ള അവകാശത്തെ നിഷേധിച്ചുകൊണ്ട് പ്രാകൃതയുഗത്തിലേക്കാണ് മനുഷ്യൻ തിരിഞ്ഞു നടക്കുന്നത്. പെൺകുഞ്ഞുങ്ങളുടെ ജനനം അപമാനമാണെന്ന് മനസ്സിലാക്കിയിരുന്നതിനാൽ കരയുന്ന മനസ്സോടെയായിരുന്നു പ്രാകൃതയുഗത്തിലെ ജനത സ്വന്തം കുഞ്ഞുങ്ങളെ ജീവനോടെ കുഴിച്ചുമൂടിയിരുന്നത്.

പെൺമക്കളുടെ ജനനം സന്തോഷവാർത്തയാണെന്ന ഖുർആനിക വചനം അവതരിച്ചതോടെ മനസ്സില്ലാമനസ്സോടെ ചെയ്തിരുന്ന ക്രൂര ചെയ്തിയിൽ നിന്ന് അവർ വിരമിക്കുകയും ചെയ്തു. എന്നാൽ ഉദ്ബുദ്ധ മെന്നവകാശപ്പെടുന്ന ഇപ്പോഴത്തെ ജനത തങ്ങളുടെ സുഖജീവിതങ്ങ ൾക്കും, സ്വാർത്ഥമായ വ്യവഹാരത്തിനും പ്രതികൂല സാഹചര്യങ്ങൾ സൃഷ്ടിക്കുമെന്നതിനാൽ ഗർഭാശയത്തിൽ വെച്ചുതന്നെ പിറക്കാനിരി ക്കുന്ന കുഞ്ഞുങ്ങളെ അരും കൊല ചെയ്യുകയാണ്. പിറന്നു വീഴാൻ ഔദാര്യം നൽകിയാൽ തന്നെ ചവറുകൂനകളിലും റോഡരികലും, അമ്മത്തൊട്ടിലുകളിലും ഉപേക്ഷിച്ച് കടന്നു കളയുന്നു. തുച്ഛം വിലക്ക് മക്കളെ വിൽക്കുന്നവരും, ലൈംഗിക വാണിഭത്തിന് കെട്ടിയൊ രുക്കി മക്കളെ കൂടെ നടത്തുന്നവരും അമ്മമാരുടെ കൂട്ടത്തിലുണ്ട്. അച്ഛന്റെ കുഞ്ഞിനെ ഗർഭം ധരിക്കേണ്ടി വന്നവരും, മുത്തച്ഛനാൽ ലൈംഗിക പീഡനത്തിന് ഇരയാകേണ്ടി വന്നവരും കുറവല്ല.

മനുഷ്യന്റെ ദുഷ്ചെയ്തികളും ക്രൂരതകളും ഭൂമിയെ അടിമേൽ മറിക്കാൻ പര്യാപ്തമാണെങ്കിലും പ്രപഞ്ച സ്രഷ്ടാവ് അങ്ങനെ ചെയ്യാത്തത് ഇവിടെ ജനിച്ചു വീഴുകയും ജീവിച്ചു പോരുകയും ചെയ്യുന്ന കുഞ്ഞുങ്ങളെയും, വൃദ്ധരെയും കരുതിയാണെന്ന് പ്രവാച കൻ മുഹമ്മദ് നബിയുടെ അധ്യാപനം പുതിയ കാലഘട്ടത്തിലെ കരളലിയിക്കുന്ന സംഭവ വികാസങ്ങളോടൊപ്പം പുനർവായനക്ക് വിധേയമാക്കപ്പെടേണ്ടതാണ്. ഭൂമിയെ സകല സുഖാനുഭവങ്ങളോടും നിലനിറുത്തുന്നതിന് നിമിത്തമായ കുഞ്ഞുമുഖങ്ങളെ ശ്വാസം മുട്ടിച്ച് ഇല്ലാതാക്കി മനുഷ്യൻ സ്വയം വരിക്കുന്നത് സർവ്വനാശത്തിനുള്ള വഴികളാണെന്ന് കാണാതെ പോയിക്കൂട.

മക്കൾ ആരുടേതുമാകട്ടെ, അവർക്ക് വളരാനുള്ള ഇടമാണിത്. എന്റെ മക്കളെ ഞാനെന്തും ചെയ്യുമെന്നത് അതിക്രമം പ്രവർത്തി ക്കാനുള്ള ലൈസൻസായി മാറരുത്. മക്കൾ വീടുകളിൽ സുരക്ഷിത മല്ലെങ്കിൽ സമൂഹം ഇവരുടെ കാര്യത്തിൽ ഇടപെടേണ്ടതായുണ്ട്. അധ്യാപക സമൂഹത്തിന് ഇക്കാര്യത്തിൽ വലിയ പങ്ക് നിർവ്വഹി ക്കാനാകും. പഠിപ്പിച്ച് പറഞ്ഞയക്കുകയെന്നതിനപ്പുറത്ത് അവരുടെ ജീവിത സാഹചര്യവും, കുടുംബപാശ്ചാത്തലവും മനസ്സിലാക്കിയെ ടുക്കേണ്ടതുണ്ട്. ഇടപെടേണ്ടിടത്ത് സമൂഹപങ്കാളിത്തത്തോടെയും, ബന്ധപ്പെട്ട അധികൃതരുടെ സഹായത്തോടെയും പരിഹാരമാർഗ്ഗ ങ്ങൾക്കായി സാന്നിദ്ധ്യമുറപ്പിക്കണം.

●

## കാരുണ്യത്തിന്റെ സ്നേഹത്താക്കോൽ...

മൂന്ന് ആടിനെ വിറ്റ് മുഖ്യമന്ത്രിയുടെ ദുരിതാശ്വാസ നിധിയിലേക്ക് പണം നൽകിയ കൊല്ലത്തെ ചായ കച്ചവടക്കാരി സുബൈദ താത്തക്ക് അഞ്ച് ആടിനെ പകരം നൽകി ഹോട്ടൽ വ്യാപാരി.

ജീവിതാഭിലാഷമായ ഹജ്ജ് കർമ്മം നിർവ്വഹിക്കാൻ മാറ്റിവെച്ച പണം കോവിഡ് മൂലം പട്ടിണിയിലായ നാട്ടുകാർക്ക് ഭക്ഷണ കിറ്റ് നൽകാൻ ചിലവഴിച്ച മംഗലാപുരം സ്വദേശിയായ ദിവസക്കൂലിക്കാരൻ അബ്ദുറഹിമാന് ഹജ്ജിന് പോകാനുള്ള പണം വാഗ്ദാനം ചെയ്ത് മലപ്പുറത്തെ വ്യാപാരി.

സുബൈദയും അബ്ദുറഹിമാനും തങ്ങളുടെ കയ്യിൽ ശേഷിപ്പായി ആകെയുള്ളതാണ് സഹജീവികൾക്കായി നൽകിയത്. ഇനിയത് തിരിച്ചുപിടിക്കാനാകുമെന്ന യാതൊരു ഉറപ്പും അവർക്കു മുന്നിലുണ്ടായിരുന്നില്ല. അവരുടെയുള്ളിലെ കാരുണ്യമായിരുന്നു ഉള്ളത് കൈവിട്ടും കൂടെയുള്ളവരെ സഹായിക്കാൻ പ്രേരിപ്പിച്ചത്. മറ്റുള്ളവർക്കായി അവർ നൽകിയതെന്തൊ, അത്രയുമൊ അതിലേറെയൊ അവരിലേക്ക് തന്നെ തിരിച്ചെത്തുന്നതാണ് പിന്നീട് കണ്ടത്. മറ്റുള്ളവർക്കായി നൽകിയാൽ നമ്മളിലുള്ളത് കുറഞ്ഞു പോകുമെന്നാണ് ചിലരെങ്കിലും കരുതുന്നത്. അങ്ങനെയല്ലെന്ന് ഈ രണ്ട് കാഴ്ച്ചകൾ പറഞ്ഞുവെക്കുന്നു.

ഭൂമിയിലുള്ളവരോട് നിങ്ങൾ കരുണ കാണിക്കുക എങ്കിൽ ആകാശത്തുള്ളവൻ നിങ്ങളോടും കരുണ കാണിക്കുമെന്നത് പ്രവാചക വചനമാണ്. അതൊരു വെറും വർത്തമാനമല്ല. മറ്റുള്ളവരുടെ ദുരിതങ്ങളിലേക്ക് ചിലവഴിച്ച് പാപ്പരായവരെ കാണാനാകില്ല. ധൂർത്തും പൊങ്ങച്ചവും പലരേയും നിഷ്പ്രഭമാക്കിയിട്ടുണ്ടാകും. കൈവിടാനുള്ള മനസ്ഥിതി എല്ലാ മനുഷ്യർക്കും ഉണ്ടാകുന്നതല്ല. സമ്പാദ്യം ഇതിനൊരു മാനദണ്ഡമല്ല. സമ്പത്ത് ധാരാളമുള്ള എല്ലാവർക്കും

ഈ ഗുണം ഉണ്ടാകണമെന്നുമില്ല. ഒന്നുമില്ലാത്തവന് ഇതുണ്ടാകാം. അതാണ് സുബൈദ താത്തയിലും അബ്ദുറഹിമാനിലും കണ്ടത്. അവർ ചിലവഴിച്ചത് കാരണം ഒരു നഷ്ടവും അവർക്കുണ്ടായില്ല. ദാനം ധനത്തെ കുറക്കില്ലെന്ന് കേട്ടിട്ടില്ലേ.

സഹജീവികൾമേൽ കാരുണ്യമായി മാറുന്നത് പുണ്യമായി അവർ കണ്ടു. മനുഷ്യൻ എന്ന സൃഷ്ടിയെ സവിശേഷമാക്കുന്നത് കാരുണ്യത്തിന്റെ അടിസ്ഥാനത്തിലാണ്. പച്ചക്കരളുള്ള ഏതൊന്നിനും നന്മ ചെയ്യൽ പുണ്യമാണെന്നത് മതത്തിന്റെ അധ്യാപമാണ്. ദാഹിച്ചു വലഞ്ഞ നായക്കു വേണ്ടി പൊട്ടക്കിണറ്റിലിറങ്ങി ഷൂവിൽ വെള്ളം നിറച്ചു കൊണ്ടുവരികയും നായയുടെ ദാഹമകറ്റുകയും ചെയ്ത മനുഷ്യൻ സ്വർഗ്ഗത്തിലാണെന്ന കഥ പ്രവാചകൻ പഠിപ്പിച്ചിട്ടുണ്ട്. വിശന്നുവലഞ്ഞ പൂച്ചയെ കെട്ടിയിട്ട മനുഷ്യൻ നരകത്തിലാണെന്ന കഥയും പ്രവാചകന്റെ അധ്യാപനത്തിലുണ്ട്. ഒരു മനുഷ്യന്റെ ആത്യന്തിക ലക്ഷ്യമായ സ്വർഗ്ഗവും നരകവും നിശ്ചയിക്കുന്നതിൽ മനുഷ്യനിലെ കാരുണ്യം എത്രമാത്രം പ്രധാനമാണെന്ന് പഠിപ്പിക്കുന്നുണ്ട് മതം. കരുണാനിധിയായ ദൈവത്തിനു മുന്നിൽ സർവ്വ സമർപ്പിതനാകാൻ മനുഷ്യൻ യോഗ്യത നേടണമെങ്കിൽ ഓരോ മനുഷ്യന്റെയുള്ളിലും കാരുണ്യം കുത്തിനിറക്കപ്പെടണം

# സ്വയം പൊട്ടിത്തെറിച്ച് സ്വർഗ്ഗം തേടുന്നവരോട്...

എത്രയെത്ര സന്തോഷങ്ങൾ മായ്ച്ചാണ് അയാൾ ചിന്നിച്ചിതറിയത്. സ്വർഗ്ഗം കിട്ടാനായിരുന്നുവത്രെ അത്. ദൈവസാമീപ്യത്തിനു വേണ്ടിയാണ് അവിടെ രക്തപ്പുഴ ഒഴുക്കിയതെന്ന്. മതത്തിനു വേണ്ടിയുള്ള പ്രതികാരമായിരുന്നുവത്രെ അതൊക്കെയും. കൊളംബോയിലെ ദേവാലയത്തിൽ ദൈവത്തെ അറിയാനായി മുട്ടുകുത്തി നിന്നവർക്കു മുന്നിലായിരുന്നു അയാൾ സ്വയം ചിന്നിച്ചിതറിയത്.

അയാളിലൂടെ ചിതറിത്തെറിക്കപ്പെട്ടവർ ഒന്നുമറിയാത്ത അനേകർ.

നിറമുള്ള ജീവിതങ്ങളെ വികൃതമാക്കി സ്വയം പൊട്ടിത്തെറിക്കുന്നതാണൊ മതം. സന്തോഷങ്ങളെയൊക്കെയും തല്ലിക്കെടുത്തി ഒറ്റപ്പെടലിന്റെ ജീവിത മൂകതകൾ സൃഷ്ടിച്ച് കയറി ചെല്ലാവുന്ന ഇടമാണൊ സ്വർഗ്ഗം. സ്നേഹത്തിന്റെ നിറകുംഭമായ ദൈവത്തെ പ്രീതിപ്പെടുത്താൻ മനുഷ്യ രക്തം കൊണ്ടാണൊ തുലാഭാരം നടത്തേണ്ടത്. ഏത് മതത്തെയാണ് ഇത്തരക്കാർ പ്രീതിപ്പെടുത്താൻ ശ്രമിക്കുന്നത്. ഏതൊരു ദൈവത്തോടൊപ്പം ചേരാനാണ് ഇവർ വെമ്പൽ കൊള്ളുന്നത്. ഏത് തരത്തിലുള്ള സ്വർഗ്ഗീയതയെയാണ് ഇവർ പുൽകാൻ കൊതിക്കുന്നത്.

ഒന്നുറപ്പിച്ചു പറയാം. ഒരു മതവും പൊടുന്നനെ പൊട്ടി മുളച്ചതല്ല. ആകാശത്തു നിന്ന് കോരിച്ചൊരിഞ്ഞതുമല്ല. പുണ്യപുരുഷന്മാരാൽ സ്ഥാപിക്കപ്പെട്ടവയാണത്. വേദഗ്രന്ഥങ്ങളുടെ പിൻബലത്താൽ കെട്ടിപ്പടുക്കപ്പെട്ടവയാണ് മതത്തിലെ ഓരോ ചുമരുകളും. മതം സ്ഥാപിക്കപ്പെട്ട ഒന്നാണ്. ഭാരതത്തിൽ ഋഷിമാർ, കപിലവസ്തുവിൽ ബുദ്ധൻ, ഇസ്രയേലിൽ മോശെ, ഫലസ്തീനിൽ യേശു, അറേബ്യയിൽ മുഹമ്മദ് നബി. ഇവർ സ്ഥാപിക്കപ്പെട്ടത് മതത്തെയായിരുന്നു.

മനുഷ്യനെയാണ് ഇവർ അവതരിപ്പിച്ചത്. സ്നേഹവും കാരുണ്യവും സഹവർത്തിത്വവുമായിരുന്ന ഇവർ പറഞ്ഞത്. മനുഷ്യനെ കൊന്ന് തള്ളിയും ചിന്നിച്ചിതറിയും സ്ഥാപിക്കപ്പെടേണ്ടതാണ് മതമെന്ന് അവർ പറഞ്ഞില്ല. മതം മാനവികതയാണെന്നാണ് അവരൊക്കെയും പറഞ്ഞത്. നൂറ്റാണ്ടുകൾക്കപ്പുറം ജീവിച്ച മരിച്ച പോയ ഇവർ മാനവികതയുടെ വിശ്വരൂപങ്ങളായാണ് ഇന്നും മനസ്സുകളിൽ ജീവിക്കുന്നത്.പ്രതികാരത്തിന്റെ ആൾരൂപങ്ങൾ ആയിരുന്നില്ല അവർ. വിട്ടുവീഴ്ച്ചയുടെ സമ്പൂർണ്ണതയാണ് അവർ പ്രകടമാക്കിയത്. ഇഷ്ടമില്ലാത്തതിനോട് ആദരവോടെയാണ് വിയോജിച്ചത്. എല്ലാവർക്കുമുള്ളതാണ് ഭൂമിയെന്നാണ് അവർ പഠിപ്പിച്ചത്.അവർ അറിഞ്ഞതും പറഞ്ഞതുമായ മതമാണ് മതം. സ്വയം പൊട്ടിത്തെറിച്ച് ചോരയിൽ മുക്കി നിങ്ങൾ സ്ഥാപിക്കാൻ ശ്രമിക്കുന്ന മതത്തിനും, പ്രതീക്ഷിച്ചിരിക്കുന്ന സ്വർഗ്ഗത്തിനും അന്നവർ പറഞ്ഞതും പഠിപ്പിച്ചതുമായവക്ക് ബന്ധമില്ലെന്ന് ഉറപ്പ്.

കൊളംബോയിലെ ദേവാലയത്തിൽ അരുംകൊലക്ക് വിധേയമാക്കപ്പെട്ടവർ ചെയ്ത തെറ്റെന്താണ്. അവരുടെ രക്തത്താൽ സ്വർഗ്ഗത്തിന്റെ വാതിലുകൾ തുറക്കപ്പെടുമെങ്കിൽ സ്വർഗ്ഗത്തിന്റെ അധിപൻ പറയുന്ന നിങ്ങക്കതിന് അർഹതയില്ലെന്ന്. അകാരണമായി ഒരു മനുഷ്യ ജീവൻ അപഹരിക്കുന്നത് ലോകത്തെ മുഴുവൻ മനുഷ്യരേയും കൊന്നതിന് തുല്യമാണെന്നാണ് സ്വർഗ്ഗത്തെ പരിചയപ്പെടുത്തുന്ന മതത്തിന്റെ നിലപാട്. എങ്കിൽ കൊളംബോയിൽ പൊഴിഞ്ഞു വീണ ഓരോ ജീവനുകളിലൂടെയും ലോകത്തെ മുഴുവൻ മനുഷ്യരേയും കൊന്നവരെ പോലെയായിരിക്കുന്നു നിങ്ങൾ. ഏത് മതമാണ്, ഏത് ദൈവമാണ്, ഏത് സ്വർഗ്ഗമാണ് നിങ്ങളുടെ നികൃഷ്ടതക്ക് കൂട്ടുണ്ടാവുക.

ഭൂമിയിൽ ദൈവം ആഗ്രഹിക്കാത്തത് നിങ്ങളെന്തിനാണ് നടപ്പാക്കാൻ ശ്രമിക്കുന്നത്. എല്ലാർക്കുമുള്ളതാണ് ഭൂമി. എല്ലാവരുടേതുമാണ് ഭൂമി.ഇത് മതത്തിന്റെ താൽപര്യമാണ്. ദൈവം തീരുമാനിച്ചിരുന്നുവെങ്കിൽ ഭൂമിയിലുള്ള മുഴുവൻ മനുഷ്യരും ഒരേ മതത്തിന്റെ, ഒരേ വിശ്വാസത്തിന്റെ ആളുകൾ ആകുമായിരുന്നു. അങ്ങനെ ആകാതിരുന്നത് ദൈവത്തിന്റെ നിശ്ചയമാണെന്നാണ് ഖുർആനിന്റെ അധ്യാപനം. ചിലരെ മറ്റു ചിലരെ കൊണ്ട് തടഞ്ഞില്ലായിരുന്നുവെങ്കിൽ സന്യാസി മഠങ്ങും ക്രിസ്തീയ ദേവാലയങ്ങളും, സെനഗോകുകളും, മുസ്ലിം പള്ളികളും തകർക്കപ്പെടുമായിരുന്നുവെന്ന് ഖുർആൻ പറയുന്നുണ്ട്. എല്ലാം നിലനിൽക്കണമെന്ന ബഹുസ്വരതയുടെ പ്രഖ്യാപനമാണത്. എനിക്ക് എന്റെ മതം നിങ്ങൾക്ക് നിങ്ങളുടെ മതമെന്ന വിശാലത പ്രകടിപ്പിക്കുന്നതോടൊപ്പം എന്റെ മതം നിങ്ങൾക്കെതിരല്ലെന്ന് കൂടി ഇസ്ലാം സ്ഥാപിക്കുന്നുണ്ട്. വിശ്വാസം പ്രഖ്യാപിച്ചതിന്റെ പേരിൽ തുല്ല്യതയില്ലാത്ത

പീഡനങ്ങൾക്ക് വിധേയമാക്കപ്പെട്ട ശേഷം കാലങ്ങൾ കഴിഞ്ഞ് സർവ്വാധികാരങ്ങളോടെ ജനിച്ച നാട്ടിൽ തിരിച്ചെത്തിയ പ്രവാചകൻ മുഹമ്മദ് നബി കാരുണ്യത്തിന്റെ, മാപ്പിന്റെ സുദിനമാണിതെന്ന് മക്ക വിജയ വേളയിൽ പ്രഖ്യാപിക്കുന്നുണ്ട്. സകല പ്രതികാരങ്ങളെയും കൊട്ടിയടക്കുകയായിരുന്നു പ്രവാചകൻ.

ഇനി പറയൂ ഏത് മതത്തെയാണ്, എത് വിശ്വാസത്തെയാണ്, ഏത് സ്വർഗ്ഗത്തെയാണ് ആ നിരപരാധികളെ ചിതറിത്തെറിപ്പിച്ചതിലൂടെ നിങ്ങൾ പുൽകാൻ കാത്തിരിക്കുന്നത്. എല്ലാവർക്കും വേണ്ടി കാരുണ്യത്തിന്റെ കൈകൾ തുറന്നു വെച്ച ദൈവത്തെ നിങ്ങളെന്തിനാണ് കമ്പാർട്ട്മെന്റ് ചെയ്യുന്നത്. മനുഷ്യനെ ഒരേ നൂലിൽ കോർക്കാൻ മുത്തുകൾ വിതറിയ മതത്തിന്റെ സ്നേഹവികാരത്തെ നിങ്ങളെന്തിനാണ് വെട്ടിമുറിക്കുന്നത്. പ്രകൃതിയുടെ അനുഗ്രഹങ്ങൾ മുഴുവൻ സകല മനുഷ്യർക്കുമായി വീതം വെച്ചു നൽകുന്ന കാരുണ്യത്തിന്റെ സമ്പൂർണ്ണതയായ ദൈവത്തിനു മുന്നിലേക്ക് വിശ്വാസത്തിന്റെ പേരിൽ നിങ്ങൾ ചിന്നിച്ചിതറിയ ശരീരാവശിഷ്ടങ്ങളുമായി സ്വർഗ്ഗം തേടി പോകുന്നവർ അധമന്മാരെല്ലാതെ മറ്റെന്താണ്.

ജീവിതത്തിന്റെ നിറങ്ങൾ കെടുത്തി, പുഞ്ചിരിയെ മായ്ച്ചുകളഞ്ഞ്, സമാധാനത്തെ കടൽ കടത്തി, കണ്ണുനീരിനെ സ്ഥാപിച്ച്, ഒറ്റപ്പെടലിനെ അടിച്ചേൽപ്പിച്ച്, മൂകതയെ കൂട്ടാക്കി നിങ്ങൾ സ്ഥാപിക്കാൻ ശ്രമിക്കുന്നതൊന്നും മതമല്ല. ശുദ്ധ പ്രകൃതിയിൽ രൂപപ്പെട്ടതാണ് മതം. പ്രകൃതിക്ക് ചേരാത്തതൊന്നും മതമല്ല. മനുഷ്യന്റെ രക്തവും അഭിമാനവും പുണ്യനഗരമായ മക്കപോലെ പരിപാവനമാണെന്ന് പഠിപ്പിച്ച മതത്തിന് മനുഷ്യ രക്തം കൊണ്ട് പുഴയൊഴുക്കി സ്വർഗ്ഗത്തിന്റെ വാതിലുകൾ തുറന്നു തരാനാകില്ല.

# മതത്തിന് ആത്മീയതയോട് പറയാനുള്ളത്...

ഒരു വടിയുടെ അറ്റം പിടിച്ച് നാലാമത്തെ ഖലീഫ അലി ഇബ്നു അബീ ത്വാലിബ് പറഞ്ഞു. മതം ഇതുപോലെ അലസമല്ല. തുടർന്ന് വടിയുടെ മറ്റെ അറ്റം പിടിച്ച് പറഞ്ഞു. ഇതു പോലെ തീവ്രവുമല്ല. ശേഷം വടിയുടെ നടുവിൽ പിടിച്ച് പറഞ്ഞു. മതം മധ്യമനിലപാടിന്റേതാണ്.

മതത്തിൽ പിടിമുറുക്കുന്ന ആത്മീയവും അനുഷ്ഠാനപരവുമായ തീവ്രത മതത്തിന്റെ സൗന്ദര്യത്തെ അതിവേഗമാണ് വികൃതമാക്കുന്നത്. പ്രതിരോധ തീവ്രവാദത്തിന്റെ ദുഷ്ടതകൾ എപ്രകാരമാണൊ മതത്തെ വരിഞ്ഞുമുറുക്കിയത് അതിനേക്കാൾ തീവ്രമായാണ് ആത്മീയ തീവ്രവാദം മതത്തിനുമേൽ ബാധ്യത തീർക്കുന്നത്. മതം സ്വയം പരിചയപ്പെടുത്തുന്നത് അത് എളുപ്പമാണെന്നാണ്. എന്നാലതിനെ എങ്ങനെയൊക്കെ സങ്കീർണ്ണവും തീവ്രവുമാക്കാമെന്നതിന്റെ ആലോചനയാണ് ആത്മീയ തീവ്രവാദം അടിച്ചേൽപ്പിക്കുന്നത്. പൗരോഹിത്യത്തിന്റെ ചങ്ങലക്കെട്ടുകളിലേക്ക് മതം വീണ്ടും വരിഞ്ഞുമുറുക്കപ്പെടുന്നുവെന്നതാണ് കെട്ടിയിറക്കപ്പെടുന്ന മത ചിഹ്നങ്ങളൊക്കെയും വെളിവാക്കുന്നത്.

കഴിഞ്ഞ കുറച്ചു കാലങ്ങൾക്കിടെ ആത്മീയതയുടെ രൂപഭാവങ്ങളിലും സാമൂഹ്യമായ ഇടപഴകലുകളിലും ഉണ്ടായ മാറ്റങ്ങൾ തിരിച്ചറിയാനാകാത്ത വിധമാണ്. ഇത്രയും കാലം അനുഷ്ഠിച്ച് പോന്നിരുന്ന പലതും മാറ്റങ്ങൾക്ക് വിധേയമായിരിക്കുന്നു. മുഖം മറക്കുന്നതിന് ആത്മീയതയുടെ പരിവേഷം ചാർത്തപ്പെട്ടത് ഈയൊരു മാറ്റത്തിൽ നിന്നാണ്. മതത്തെ സാമൂഹ്യതയിലേക്ക് വിപുലപ്പെടുത്തിയാണ് അതിന്റെ അധ്യാപനങ്ങളൊക്കെയും സ്ഥാപിക്കപ്പെട്ടത്. എന്നാൽ അനുഷ്ഠാനപരമായ ആത്മീയതയിലേക്ക് മതത്തെ ചുരുക്കാനുള്ള ശ്രമത്തിനൊപ്പമാണ് അഭിനവ ആത്മീയ ധാരകളൊക്കെയുമുള്ളത്.

മനുഷ്യനെന്ന പൊതു സമൂഹ്യതയെ കേന്ദ്രമാക്കി മതത്തെ വായിച്ചിരുന്ന ഇന്നലെകളിൽ നിന്ന് വേദഗ്രന്ഥങ്ങളിലെ അക്ഷരവായനയിലേക്ക് ആത്മീയത ചുരുക്കപ്പെട്ടുവെന്നതാണ് സമകാലീക സ്ഥിതി. അന്ത്യപ്രവാചകൻ മുഹമ്മദ് നബി ജീവിച്ച കാലത്തിന് സമാനമായ ജീവിത വ്യവസ്ഥ കൃത്രിമമായി രൂപപ്പെടുത്തി അത്തരമൊരു പരിസ്ഥിതിയിൽ ജീവിക്കുന്നതാണ് പുണ്യമെന്ന് കരുതുന്നിടത്തേക്ക് വിശ്വാസി സമൂഹം എത്തുന്നുവെന്നത് ആത്മീയ തീവ്രവാദത്തിന്റെ പാരമ്യത്തെ പ്രകടമാക്കുന്നതാണ്. ആട്ടിടയനായി ജീവിച്ച പ്രവാചകന്റെ ജീവിതത്തെ സ്വന്തം ജീവിതത്തിലും ക്രമപ്പെടുത്താൻ വിവരസാങ്കേതിക രംഗത്തെ ഉന്നത ബിരുദധാരി ആഗ്രഹിക്കുന്നുവെങ്കിൽ അയാളിൽ മതത്തിലെ അക്ഷരങ്ങൾ മാത്രമാണ് സ്വാധീനിക്കപ്പെട്ടിരിക്കുന്നതെന്ന് സ്പഷ്ടം.

കാലാതീതമായ മാറ്റങ്ങളെ ഉൾകൊള്ളുന്നുണ്ട് മതം. എന്നാൽ കാലത്തിന്റെ മാറ്റത്തിനനുസരിച്ച് മതത്തെ വായിക്കാൻ സന്നദ്ധമാകാത്തിടത്താണ് ആത്മീയ തീവ്രവാദം വേരൂന്നുന്നത്. മതം മനുഷ്യനെ കൂടുതൽ സജീവമാക്കുകയാണ് വേണ്ടത്.ദുരിതപ്പെടുന്ന സഹജീവികളിലൂടെ പ്രപഞ്ചനാഥനെയാണ് നിങ്ങൾ കാണുന്നതെന്ന് മതം പഠിപ്പിക്കുന്നു. “ഞാൻ രോഗബാധിതനായി കിടന്നു. എന്തുകൊണ്ട് നിങ്ങൾ എന്നെ സന്ദർശിച്ചില്ല” എന്ന് അല്ലാഹു ചോദിക്കുന്നതായി പ്രവാചകൻ പഠിപ്പിക്കുന്നുണ്ട്. അല്ലാഹുവെ... താങ്കൾ അസുഖബാധിതനാകുകയൊ എന്ന് തിരിച്ച് ചോദിക്കുന്നവരോട് രോഗശയ്യയിലായിരുന്ന നിങ്ങളുടെ സഹജീവിയെ സന്ദർശിച്ചിരുന്നുവെങ്കിൽ അവിടെ നിങ്ങൾക്കെന്നെ കാണാമായിരുന്നുവെന്നാണ് അല്ലാഹുവിന്റെ മറുപടി. സമൂഹവുമായി ഇഴകിചേരേണ്ടവരാണ് മനുഷ്യരെന്നാണ് മതത്തിന്റെ കൽപ്പന. എന്നാൽ ആത്മീയതയുടെ തീവ്രഭാവം ഓരോരുത്തരേയും സ്വന്തത്തിലേക്ക് ചുരുക്കുന്നു. തന്റെ വിചാരങ്ങൾക്കൊപ്പമല്ലാത്തവരൊക്കെയും മാറ്റി നിറുത്തപ്പെടേണ്ടവരാണെന്ന് സ്വയം നിശ്ചയിക്കുന്നു. അതിന് മതത്തിന്റെ അധ്യാപനങ്ങൾ തേടുന്നു. സാഹചര്യങ്ങൾ മുഖവിലക്കെടുക്കാതെ വേദവാക്യങ്ങൾ ദുർവ്യാഖ്യാനം ചെയ്ത് റ്റെപ്പെടലിന്റെ തുരുത്തുകളെ ശരിയുടെ വിചാരങ്ങളാക്കുന്നു.

മതം മനുഷ്യനോടു പറയുന്ന സഹവർത്തിത്വത്തിന്റെ അധ്യാപനങ്ങൾ ഏറെയാണ്. മാനവികതയാണ് അതിൽ ഒന്നാമത്തേത്. മതത്തിന്റെ പ്രധാന ഭാഗം മനുഷ്യൻ മനുഷ്യരോട് എങ്ങനെയാകണമെന്നതാണ്. അനാഥകളെ സംരക്ഷിക്കുന്നത് അടുത്തടുത്തുള്ള രണ്ട് വിരലുകൾ പോലെ ദൈവത്തോട് ചേരുന്നതാണെന്ന് മതം പഠിപ്പിക്കുന്നു. മറ്റൊരാളെ കുറിച്ച് മോശം പറയുന്നത് മനുഷ്യമാംസം പച്ചയായി തിന്നുന്ന പോലെയാണെന്നാണ് താരതമ്യം. വിശ്വാസിയാകുകയെന്നാൽ തന്റെ നാവിൽ നിന്നും കൈകളിൽ

നിന്നും ചുറ്റുമുള്ളവർ സുരക്ഷിതരാകുകയെന്നാണ്. അന്യന്റെ രക്തവും അഭിമാനവും പുണ്യനഗരിയായ മക്ക പോലെ പരിപാവനമാണെന്ന് മതം പഠിപ്പിക്കുന്നു. സ്വഭാവവും പെരുമാറ്റവും ഇടപഴകലും തെളിച്ചമുള്ളതാകണമെന്നാണ് മതത്തിന്റെ താൽപര്യം. ഇവയെ സൗകര്യപൂർവ്വം മാറ്റിവെക്കുകയൊ പരിഗണനയുടെ കാര്യത്തിൽ പിന്നാക്കം നിറുത്തുകയൊ ചെയ്താണ് മതചിഹ്നങ്ങളിൽ കാർക്കശ്യത്തിന്റെ സ്വരം പ്രയോഗിക്കുന്നത്. താടിവെക്കുക എന്നതിൽ നിന്ന് അതിന്റെ നീളവും കനവും അളന്ന് വിശ്വാസത്തിന്റെ വ്യാപ്തി അന്വേഷിക്കുന്നിടത്തേക്ക് ആത്മീയത മാറിയിട്ടുണ്ട്. മനസിന്റെ പരിവർത്തനത്തിൽ നിന്ന് പ്രകടനപരതയുടെ അടയാളങ്ങളായി ആത്മീയത മാറ്റപ്പെട്ടുവെന്നതാണ് പുതിയ സ്ഥിതിവിശേഷം.

മധ്യമനിലപാടിൽ നിന്ന് മതത്തിന് മാറി സഞ്ചരിക്കേണ്ടി വന്നത് മനുഷ്യർക്കിടയിലെ അകൽച്ചയുടെ അകലം വർദ്ധിപ്പിച്ചു. നിഷിദ്ധങ്ങളും നിരോധനങ്ങളും മതത്തിന്റെ പേരിൽ അതികരി കരിക്കപ്പെട്ടു. മതം വിഭാവനം ചെയ്യുന്ന ബഹുസ്വരതയെ മറക്കപ്പുറത്തേക്ക് മാറ്റിവെച്ചു. എന്റെത് മാത്രം ശരിയെന്നത് ശഠിക്കപ്പെട്ടു. മതം കണിശതയുടെ പ്രത്യയശാസ്ത്രമായി അവതരിപ്പിക്കാൻ തുടങ്ങി. മതത്തിന്റെ അക്ഷരവായനയിൽ നിന്ന് ആശയ വായനയിലേക്കുള്ള മാറ്റമാണ് കാലം ആവശ്യപ്പെടുന്നത്.

പ്രവാചകൻ മുഹമ്മദ് നബിയുടെ ജീവിതം പഠിച്ച മൂന്നു പേർ പ്രവാചകൻ ചെയ്യുന്ന കർമ്മങ്ങളേക്കാൾ അവരുടെ ജീവിതത്തിൽ പ്രാവർത്തികമാക്കാൻ ശ്രമിച്ചതിനെ പ്രവാചകൻ തടയുന്നതായി കാണാനാകും. ദിവസത്തിന്റെ മുഴുവൻ നേരവും നമസ്കരിക്കാനും, എല്ലാ ദിവസവും നോമ്പെടുക്കുവാനും, വിവാഹിതനാകാതെ അത്മീയതയിൽ മുഴുകാനും തീരുമാനിച്ചവരെയാണ് പ്രവാചകൻ തിരുത്തുന്നത്.

താൻ കൃത്യമായി നമസ്കരിക്കാറുണ്ട്. നമസ്കാതിരിക്കുന്ന സമയങ്ങളുമുണ്ട്. നോമ്പെടുക്കാറുണ്ട്. അല്ലാത്ത ദിവസങ്ങളുമുണ്ട്. വിവാഹിതനാണ്. മതകാര്യങ്ങൾക്ക് അതൊരു തടസ്സവുമല്ല. ഇതായിരുന്നു പ്രവാചകന്റെ തിരുത്ത്.

വ്യക്തി, സാമൂഹ്യ ജീവിതങ്ങൾക്ക് ആത്മീയത തടസ്സമാകരുതെന്ന സന്ദേശമായിരുന്നു പ്രവാചകൻ കൈമാറിയത്.

●

# മനസ്സിനോട് വർത്തമാനം പറയുന്നവർ...

പ്രവാചകൻ മുഹമ്മദ് നബിയുടെ ഏറ്റവും അടുത്ത അനുചരന്മാരിലൊരാളാണ് ജാബിർ.ഒരു പകൽ രണ്ട് പേരും ഒട്ടകപ്പുറത്ത് യാത്ര ചെയ്യുകയാണ്. ജാബിറിന്റെതാണ് ഒട്ടകം. പല കാര്യങ്ങളും രണ്ടു പേരും സംസാരിക്കുന്നുണ്ട്. കൂട്ടത്തിൽ വിവാഹം കഴിഞ്ഞ വിവരവും ജാബിർ പ്രവാചകനോട് പറഞ്ഞു. പ്രവാചകൻ ചില ഉപദേശങ്ങൾ നൽകി. ജാബിറിന്റെ വിശേഷങ്ങളൊക്കെയും പ്രവാചകൻ കേട്ടു. യാത്രയുടെ അവസാനത്തിൽ ഈ ഒട്ടകം തനിക്ക് വിൽക്കുമൊയെന്ന് പ്രവാചകൻ ചോദിച്ചു.

വയസ്സനായ ഈ ഒട്ടകത്തെകൊണ്ട് താങ്കൾക്ക് യാതൊരു കാര്യവുമുണ്ടാകില്ലെന്ന് ജാബിർ പറഞ്ഞു. ഈ ഒട്ടകത്തെ തനിക്ക് വേണമെന്ന് പ്രവാചകൻ ആവർത്തിച്ചു. വിൽക്കാമെന്ന് ജാബിർ മറുപടി നൽകി. അന്നത്തെ വിനിമയമൂല്ല്യത്തിലെ ഒരു രൂപ നൽകാമെന്ന് പ്രവാചകൻ പറഞ്ഞു. അത് പോരെന്ന് ജാബിർ.വില പേശലിനൊടുവിൽ നാൽപത് രൂപയിൽ ഉറപ്പിച്ചു.

പ്രവാചകൻ ഒട്ടകവുമായി വീട്ടിലെത്തി. മറ്റൊരു അനുചരൻ ബിലാലിനെ ഒട്ടകമേൽപ്പിച്ചു. പ്രവാചകൻ വീട്ടിനകത്തു കയറി. പണവുമായി വന്നു. പണവും ഒട്ടകവും ജാബിറിനെ ഏൽപ്പിക്കണമെന്ന് ബിലാലിനോട് നിർദ്ദേശിച്ചു. പ്രവാചകന് ഒട്ടകം നിർബന്ധമുണ്ടായിരുന്നില്ല.എന്നാൽ ജാബിറിന് പണം അത്യാവശ്യമാണെന്ന് പ്രവാചകൻ തിരിച്ചറിഞ്ഞിരുന്നു. ഒരുമിച്ചിരുന്ന, കൂടെ നടന്ന ജാബിറിന്റെ മനസ്സിലുള്ളത് പ്രവാചകൻ വായിച്ചെടുക്കുകയായിരുന്നു.

മനസ്സറിയുകയെന്നതാണ് മനുഷ്യത്വം. കൂടെ ചിരിക്കാൻ, ഒപ്പം ചേർന്ന് സങ്കടപ്പെടാൻ ആളുകളുണ്ടാകും. മനസ്സിലൊളിപ്പിച്ച ആവശ്യങ്ങളെ അറിയാൻ അതികപേർക്കുമാകില്ല. അങ്ങനെ അറിയാനാകുന്നവരാണ് യഥാർത്ഥ സുഹൃത്ത്.കണ്ണാടി പോലെയെന്ന

സുഹൃത്തിന്റെ വിശേഷണം സമ്പൂർണ്ണമാകുക അപ്പോഴാണ്. എന്നും കാണുന്ന മുഖത്ത് മറ്റാരും കാണാത്ത നിഴലാട്ടം കാണാൻ അവർക്കാകും. മറച്ചു പിടിക്കാൻ എത്ര ശ്രമിച്ചാലും അവരിലേക്കത് ആന്തരിക പ്രവാഹമായൊഴുകും.

ഒപ്പം നടക്കുന്ന ചിലരുണ്ട്. അവരിലെ സൗഹൃദത്തെ തിരിച്ചറിയാത്തവർ. എന്തിനിങ്ങനെ അടുക്കുന്നുവെന്ന് തോന്നുന്നവർ. ഒരു കാര്യവുമില്ലാത്ത അടുപ്പമെന്ന് സ്വയം വ്യാഖ്യാനിക്കുന്നവർ. എന്നും കൂടെയുള്ളതിനാൽ അടുപ്പത്തിന്റെ വിലയറിയാത്തവർ. പരസ്പരം മനസ്സ് വായിക്കുന്നവരായിട്ടും മനസ്സോളം അടുക്കാത്തവർ. അകൽച്ച അവരിലേക്ക് പൊട്ടിവീഴുമ്പോഴാണ് അടുപ്പത്തിന്റെ അകലം എത്രമേൽ അടുത്തായിരുന്നുവെന്ന് അവർ തിരിച്ചറിയുക. വെറുതെയൊരു സൗഹൃദമെന്ന് പറഞ്ഞൊഴിഞ്ഞിരുന്നതിന്റെ ആഴം ഉൾകൊള്ളുക. സമാന്തര രേഖകളായി കാലം കഴിക്കുന്ന പല സൗഹൃദങ്ങളും എത്രമേൽ തീക്ഷണമായിരുന്നുവെന്ന് അകന്നു തുടങ്ങുമ്പോഴായിരിക്കും ബോധ്യപ്പെടുക.

ഉള്ളറിഞ്ഞ് അടുക്കുകയെന്നതാണ് സൗഹൃദം. പറഞ്ഞറിയുകയെന്നതല്ല. അടുത്തറിയുകയെന്നതാണ്. മനസ്സിലുള്ളതൊന്ന് മനസ്സിലാക്കിയിരുന്നെങ്കിലെന്ന് ഒപ്പം നടക്കുന്നവരെ നോക്കി ആത്മഗതപ്പെടുന്ന എത്രയെത്ര പേരുണ്ട്. ചേർന്നു നിന്നിട്ടും തിരിച്ചറിയാനാകാതെ ജഢമായി നടക്കുന്ന കോലങ്ങളേറെയാണ്. മനസ്സ് തൊടാനറിയുന്ന സൗഹൃദത്തെ സ്വീകരിച്ചവർ സുകൃതവാന്മാർ. ഹ്രസ്വകാലത്തെ ജീവിതം സൗഭാഗ്യമാക്കിയവരാണവർ.

കേൾക്കാനാളുണ്ടാകുകയെന്നതാണ് സൗഹൃദത്തിലെ കരുതൽ. പറഞ്ഞു തീർക്കുകയെന്നത് താങ്ങാനാകാത്ത കനമുള്ള ഒന്നിനെ ഇറക്കിവെക്കലാണ്. വിങ്ങിപ്പൊട്ടുന്ന മനസ്സുകൾക്ക് ആശ്വാസത്തിന്റെ ശീതളക്കാറ്റാണ്.

പരസ്പരം പറയുന്നതിലൂടെ കൈമാറ്റപ്പെടുന്ന സ്നേഹത്തിന്റെ ആഴം മനസ്സ് തൊടാവുന്ന അത്രയും വ്യാപ്തിയുള്ളതാണ്.

മുഖമൊന്ന് വാടുമ്പോൾ ശബ്ദമൊന്നിടറുമ്പോൾ മനസ്സിലേക്ക് പരകായപ്രവേശം നടത്തുന്നവരുണ്ട്. അന്തരിക സൗന്ദര്യത്തേക്കാൾ മനസ്സിന്റെ ഭംഗിയെ തിരിച്ചറിയുന്നവരാണവർ.മനസ്സുകൾ ഇണക്കപ്പെട്ടവർ. മനസ്സിനോട് വർത്തമാനം പറയുന്ന മനസ്സുള്ളവർ.

●

# ജീവിതയാത്രയിലെ ചുമടുതാങ്ങികൾ...

സുധമൂർത്തിയുടെ ഹൊറിഗല്ലു എന്നൊരു ചെറുകഥയുണ്ട്. കഥാകാരിയുടെ ജീവിതത്തിന്റെ ഭാഗമായ രണ്ടു പേരാണ് അതിലെ കഥാപാത്രങ്ങൾ. ഒരാൾ സ്വന്തം മുത്തച്ഛൻ. മറ്റെയാൾ രത്നയെന്ന സഹപ്രവർത്തക. അധ്യാപകനായി വിരമിച്ച മുത്തച്ഛന്റെ നേരമ്പോക്ക് ഗ്രാമത്തിലെ പ്രധാന ചുമടുതാങ്ങിയിൽ പോയിരുന്ന് വിശ്രമിക്കുന്ന യാത്രക്കാരുമായി കുശലം പറയുകയെന്നതാണ്.

കുടിവെള്ളമൊരുക്കി മുത്തച്ഛൻ യാത്രക്കാരെ കാത്തിരിക്കുമായിരുന്നു. അവരുടെ പ്രശ്നങ്ങൾ കേൾക്കാൻ വേണ്ടിയായിരുന്നു അത്.

പട്ടണത്തിലെ ജോലിസ്ഥലത്തെ സഹപ്രവർത്തകയായ രത്ന കൂടെ ജോലി ചെയ്യുന്നവർക്കെല്ലാം നല്ലൊരു കേൾവിക്കാരിയാണ്. ഉച്ചഭക്ഷണ സമയത്ത് എല്ലാവരും അവരുടെ സങ്കടങ്ങൾ പറഞ്ഞിരുന്നത് രത്നയോടായിരുന്നു.പരിഹാരമുണ്ടാകും എന്നതിനാലായിരുന്നില്ല രത്നയോട് കാര്യങ്ങൾ പറഞ്ഞിരുന്നത്. എല്ലാം ക്ഷമയോടെ കേൾക്കുമെന്നതായിരുന്നു രത്നയിലേക്ക് എല്ലാവരേയും അടുപ്പിച്ചത്. രണ്ടു പേരെയും ഹൊറിഗല്ലുവെന്നാണ് കഥാകാരി പരിചയപ്പെടുത്തുന്നത്. ഹൊറിഗല്ലുവെന്നാൽ അത്താണിയെന്നർത്ഥം. എല്ലാ ജീവിതയാത്രകളിലും ഭാരമായി മാറുന്നതൊക്കെയും ഇറക്കിവെക്കാൻ അത്താണികൾ അനിവാര്യമാണെന്ന് കഥയിലെവിടെയൊ മുത്തച്ഛൻ പറയുന്നുണ്ട്.

ഭാരമേറെയുള്ള ഭാണ്ഡക്കെട്ടുകൾ മനസ്സിൽ പേറിയുള്ള യാത്രയാണ് ജീവിതം. താങ്ങാവുന്നതിനപ്പുറമാണ് ഓരോ ഭാണ്ഡത്തിന്റെയും ഭാരം. ഇറക്കിവെക്കാൻ അത്താണികൾ തേടുന്നുണ്ട് ഓരോരുത്തരും. പരസ്പരം ചുമടു താങ്ങികളാകുന്നിടത്ത് മനുഷ്യനെന്ന സാമൂഹ്യത തണലായി മാറും. കടുത്ത ചൂടിൽ വിയർത്തൊലിച്ച്, തൊണ്ടവറ്റി, ക്ഷീണിതനായി നടന്നു നീങ്ങുന്ന വഴിയാത്രക്കാരന്

അടുത്ത ചുവടിന് കരുത്താകുന്നത് മുന്നിലെവിടെയൊ ഉള്ള അത്താണികളാണ്. ഭാരമിറക്കിവെക്കാൻ, അൽപ്പമൊന്ന് വിശ്രമിക്കാൻ തലോടലായി മാറുന്ന ഇടത്തെ കുറിച്ചുള്ള ബോധ്യമാണ് ഓരോ യാത്രയേയും മുന്നോട്ട് നയിക്കുന്നത്. ജീവിതയാത്രയിലും അത്തരമൊരു തലോടൽ കൂടിയെ തീരൂ. കാലിടറുമ്പോൾ, മനസ്സ് പതറുമ്പോൾ ആശ്വാസമാകാൻ ആളുണ്ടെന്ന ഉറപ്പാണ് ജീവിതയാത്രയിലെ അത്താണികൾ. അവർ പരിഹാരം സാധ്യമാക്കുന്നവരാകില്ല. മടുപ്പില്ലാതെ കേൾക്കുന്നവരായിരിക്കും. പറഞ്ഞു തീരുമ്പോൾ ഒഴിഞ്ഞു തീരുന്ന ഭാരമാണ് ജീവിതയാത്രയിലെ ഭാണ്ഡങ്ങളിൽ കുത്തിനിറക്കപ്പെട്ടിട്ടുള്ള കനങ്ങളൊക്കെയും.

ചെവികൊണ്ട് കേൾക്കുന്നവർക്ക് ആശ്വാസത്തിന്റെ അത്താണികൾ രൂപപ്പെടുത്താനാകില്ല. മനസ്സുകൊണ്ട് കേൾക്കുന്നവരാകണം. പറയുന്നതും മനസ്സുകൊണ്ടാകണം. ആന്തരികമായുള്ളൊരു കൊടുക്കൽ വാങ്ങലാണത്. സൗഹൃദത്തിന്റെ മഹാവലയത്തിന് നടുവിലുള്ളവർ ഭാരമിറക്കിവെക്കാൻ കൈകൾ തേടുന്നത് കാണാം. ചുറ്റിലുമുള്ളവർ അയാൾക്കൊപ്പം സഞ്ചരിക്കുന്നവരാകാം. കരുത്തായി കൂടെയുണ്ടെന്ന തോന്നൽ തരുന്നവരുമാകാം. ഒറ്റപ്പെടില്ലെന്ന ബോധ്യവും സൃഷ്ടിച്ചേക്കാം. മനസ്സിനകത്ത് കൊണ്ടുനടക്കുന്ന ഭാരത്തെ ഇറക്കിവെക്കാൻ ഇവരുടെ കരുത്തിനാകില്ലെന്ന തിരിച്ചറിവിൽ നിന്നാണ് അത്താണികൾ ജീവിതത്തിലെ അതിശക്തരായി മാറുന്നത്. നല്ലൊരു ശ്രോതാവാകുകയെന്നതാണ് മറ്റൊരാളുടെ ജീവിതയാത്രയിൽ അത്താണിയാകാനുള്ള യോഗ്യത.

പരസ്പരം അറിയുകയെന്നതാണ് സ്നേഹം. അതിന് പരസ്പരം മനസ്സിലാക്കാനാകണം. മനസ്സിലുള്ളത് കേൾക്കാനാകുമ്പോഴെ അതിനാകൂ. മറ്റുള്ളവരെ കുറിച്ച് നൊമ്പരപ്പെടുന്ന മനസ്സിന് പറയുന്ന പേരാണ് സ്നേഹം. ഒപ്പം ചേർന്ന നിൽക്കുന്ന പത്തുപേരിൽ രണ്ടു പേർ നമുക്ക് പ്രിയപ്പെട്ടവരാകുന്നത് പരസ്പരം മനസ്സിലാക്കിയവരായതിനാലാണ്. ഒരുമിച്ച് ചിലവഴിക്കുകയെന്നതല്ല. സാന്നിധ്യമാകുകയെന്നതാണ് പ്രധാനം. സമയത്തിന്റെ ദൈർഘ്യം അതിനാവശ്യമില്ല. നമ്മെ ശ്രദ്ധിക്കാൻ, കേൾക്കാൻ ആളുണ്ടാകുകയെന്നതാണ് സാന്നിധ്യമാകുകയെന്നതിന്റെ വിവക്ഷ. പരസ്പരം അറിയുകയെന്നത് സ്നേഹത്തേക്കാൾ വലുതാണ്. നമ്മുടെ സ്വഭാവമാറ്റങ്ങൾക്കനുസരിച്ച് നമ്മോട് ചേർന്ന നിൽക്കാൻ അവർക്കേ സാധിക്കൂ. നമ്മുക്കനുസരിച്ച് അത്രയേറെ ശ്രവിക്കുന്നവരെയാണ് മനുഷ്യൻ ആവശ്യപ്പെടുന്നത്. അത് എല്ലാവർക്കുമാകുന്നതല്ല. സുകൃതമായി വന്നു ചേരുന്നതാണത്. ഇങ്ങനെയൊന്ന് ജീവിതയാത്രയിലെ അനിവാര്യതയാണ്. ഭാരമായുള്ളതൊക്കെയും ഇറക്കിവെച്ച് മുന്നോട്ടു പോകുന്ന യാത്രകൾക്ക് ക്ഷീണമറിയില്ല.

●

# നൂലുണ്ടയിൽ തിരിയുന്ന ഇഴയടുപ്പങ്ങൾ

കടപ്പുറത്തെ മണൽപരപ്പിൽ നിന്നാണ് പട്ടം പറന്നുയർന്നത്. ആകാശത്തിന്റെ അനന്തതയിലേക്കാണ് പ്രയാണം. സർവ്വ സ്വതന്ത്രമായാണ് സഞ്ചാരം. മുന്നിലാരും തടസ്സമായില്ല. വായു സമ്മർദ്ധങ്ങളെ വകഞ്ഞു മാറ്റി മുന്നിലേക്കുള്ള കുതിപ്പിനിടയിലാണ് പട്ടം പൊടുന്നനെ നിന്നത്. പിന്നിലേക്കുള്ള നോട്ടത്തിൽ നൂൽബന്ധത്തിന്റെ നിയന്ത്രണം പട്ടമറിയുന്നു. കണ്ണെത്താ ദൂരത്തുനിന്ന് അതിവേഗം ചലിച്ചിരുന്ന നൂലുണ്ടക്കൊത്തായിരുന്നു തന്റെ സഞ്ചാരമെന്ന് പട്ടം തിരിച്ചറിയുന്നു. യാതൊരു നിയന്ത്രണവുമില്ലാതെ മുന്നിലൂടെ പറന്നു പോകുന്ന പക്ഷിക്കൂട്ടങ്ങളോട് പട്ടം പരാതി പറയുന്നുണ്ട്. തന്റെ സഞ്ചാരത്തെ തടഞ്ഞിട്ട നൂൽബന്ധത്തോടുള്ള അനിഷ്ടം പട്ടം പക്ഷികളോട് പങ്കുവെക്കുന്നു. നൂൽ മുറിച്ചുമാറ്റി സ്വതന്ത്രമാക്കട്ടെയെന്ന് നിറഞ്ഞ സ്നേഹത്തോടെ പക്ഷിക്കൂട്ടങ്ങളുടെ ചോദ്യം. ആവേശത്തോടെ തല കുലുക്കി പട്ടം സമ്മതം മൂളുന്നു. അറുത്തുമാറ്റപ്പെട്ട നൂൽബന്ധം പട്ടത്തിന് സമ്മാനിച്ചത് ഗതികിട്ടാതെയുള്ള പതനമായാരുന്നു.

പൊക്കിൾകൊടി അറുത്തുമാറ്റി ഭൂമിയിലേക്ക് പിച്ചവെക്കുന്ന മനുഷ്യൻ അദൃശ്യമായ നൂൽബന്ധങ്ങൾക്കൊപ്പം സഞ്ചരിക്കുന്നവനാണ്.

സർവ്വ സ്വതന്ത്രനാകാൻ കൊതിക്കുന്ന മനുഷ്യനെ പലതിനോടുമുള്ള ഇഴയടുപ്പങ്ങളാണ് പിറകോട്ട് വലിച്ച് തടഞ്ഞു നിറുത്തുന്നത്. ദൃശ്യവും അദൃശ്യവുമായവ അക്കൂട്ടത്തിലുണ്ട്. ആത്മബന്ധങ്ങളുടെ കുരുക്കിലമർന്ന് ക്രമപ്പെടുത്തുന്ന ജീവിതത്തിനാണ് മനുഷ്യന്റെ സൗന്ദര്യമുണ്ടാകുക. മറഞ്ഞിരിക്കുന്നതിലെ സൗന്ദര്യം പോലെയാണ് നിയന്ത്രണങ്ങളിലെ സൗന്ദര്യം. എന്തിനും പോന്ന ഇച്ഛകളെ അദൃശ്യമായി പിടിച്ചുവലിക്കുന്ന ചില നൂൽബന്ധങ്ങളാണ് മനുഷ്യത്വത്തിന് രൂപവും ഭാവവും നൽകുന്നത്. എന്തും ചെയ്യാനാകുന്നതിൽ നിന്ന്

നന്മയുള്ളതെ ചെയ്യൂവെന്നതിലേക്കുള്ള മാറ്റമാണത്.

മുന്നിലുള്ളതിനെയൊക്കെയും വകഞ്ഞു മാറ്റിയുള്ള സഞ്ചാരത്തിനിടയിൽ നമ്മെ നിയന്ത്രിക്കുന്ന നൂൽബന്ധത്തെ തിരിച്ചറിയാത്തവരാണ് അധികംപേരും. കരുതലോടെ നമ്മെ കാത്തുകൊള്ളുന്ന അദൃശ്യസാന്നാധ്യമാണത്. നമ്മൾ മറ്റൊരാൾക്ക് നൽകുന്ന സ്നേഹത്തിൽ, ഇഷ്ടത്തിൽ, പ്രണയത്തിൽ, ചേർത്തുവെക്കലിൽ

ഒരുപാട് താൽപര്യങ്ങളുണ്ടാകും.

അതിലേറെ ആവശ്യങ്ങളുണ്ടാകും.

ഒട്ടുംകുറയാത്ത പ്രതീക്ഷകളുണ്ടാകും.

അത്തരമൊന്നും തിരിച്ചു കിട്ടാനില്ലെന്ന് ഉറപ്പുണ്ടായിട്ടും

നമ്മൾ നൽകിയതിനേക്കാളേറെ

സ്നേഹിക്കുകയും, ഇഷ്ടപ്പെടുകയും, പ്രണയിയിക്കുകയും,

ചേർത്തുപിടിക്കുകയും ചെയ്യുന്ന ഒന്ന്.

നമ്മളൊരു കാൽപാട് അടുത്തപ്പോൾ

നമ്മിലേക്ക് ഓടി വന്നു.

പലതിനാൽ നമ്മൾ അകന്നപ്പോൾ അകലം പാലിക്കാതെ നിന്നു.

അരുതായ്മകൾ ഏറെ ചെയ്തിട്ടും സ്നേഹത്തോടെ അടുത്തേക്ക് വിളിച്ചു.

വിട്ടുപോകില്ലെന്ന് ആവർത്തിച്ചു പറഞ്ഞു.

ജീവനോളം അടുത്തുണ്ടെന്ന് ഉറപ്പു നൽകി.

സുഭിക്ഷതയിൽ നമ്മൾ മറന്നപ്പോൾ കൈവിട്ടില്ല.

പളപളപ്പിനൊപ്പം ചേർന്ന് തിരിഞ്ഞു നോക്കാതിരുന്നിട്ടും ആ സമീപ്യത്തിനൊരു വിമ്മിഷ്ടവും കണ്ടില്ല.

സങ്കടത്തിൽ കൂടെയുണ്ടായിരുന്നവർ അകലം പാലിച്ചപ്പോൾ തലോടലായി അടുത്തുവന്നിരുന്നു.

ഹൃദയത്തിൽ കനം തൂങ്ങിയ വിഷമങ്ങളൊക്കെയും സ്നേഹത്തോടെ ഇറക്കിവെച്ചു.

ചേർത്തു പിടിച്ച് കൂടെയുണ്ടെന്ന് ആശ്വേസമേകി.

നമ്മളറിയാതെ നമ്മെ ജീവിക്കാൻ പ്രേരിപ്പിക്കുകയായിരുന്നു ആ നൂൽബന്ധം. ഇത്രയും നാൾ നമ്മൾ പറന്നുയർന്നതൊക്കെയും നമ്മോട് ബന്ധിച്ചു നിന്ന നൂൽബന്ധത്തിന്റെ കരുത്തിലായിരുന്നു.

ആത്മബന്ധത്തിന്റെ ഇഴയടുപ്പങ്ങൾ മനുഷ്യനു മുന്നിൽ തുറക്കുന്ന സഞ്ചാരപാതകളുണ്ട്. അത് വഴിവിട്ടതിനോടുള്ള തമസ്കരണമാണ്.

നിയന്ത്രണവുമാണ്. മനസ്സാഗ്രഹിക്കുന്ന പലതും വേണ്ടെന്നുവെക്കുന്നത് ഇതിൽ നിന്നാണ്.

ഇഷ്ടങ്ങളെ കെട്ടിപ്പൂട്ടിവെക്കാൻ, ആഗ്രഹങ്ങളെ കൂട്ടിലടക്കാൻ പ്രാപ്തമാക്കുന്നതാണത്. ഇഷ്ടങ്ങൾക്കൊപ്പം സഞ്ചരിച്ച് ഇഷ്ടപ്പെട്ടവർക്കായി വഴിമാറി യാത്ര ചെയ്യുന്നവരാണവർ. നൂൽ ബന്ധം അറുത്ത് സ്വതന്ത്രമാക്കട്ടെയെന്ന് സ്നേഹത്തോടെ നിർബന്ധിക്കുന്നവരുണ്ട്. അവർക്കു മുന്നിൽ വേണ്ടെന്ന് പറയാൻ കരുത്തു പകരുന്നതാണത്. ഇഷ്ടങ്ങൾക്കൊപ്പം സ്വതന്ത്രമാകാൻ വെമ്പൽ കൊള്ളുന്ന മനസ്സിനെ കൊളുത്തിട്ട് നിറുത്തുന്ന ഇഴയടുപ്പങ്ങൾ ജീവിതയാത്രയിലെ സുകൃതങ്ങളാണ്. കാറ്റ് വലിച്ചുകൊണ്ടു പോകാതെയും പക്ഷികൾ കൊത്തിയെടുക്കാതെയും കാത്തുനിറുത്തുന്നത് ഇത്തരം നൂൽബന്ധങ്ങളാണ്.

●

# അവർക്കു മുന്നിൽ കണ്ണുകൾ തുറന്നുവെക്കാം...

*"ചില വാതിലുകൾ അടച്ചിടുന്നതാണ് നല്ലത്.
അത് അഹങ്കാരം കൊണ്ടല്ല. ദേഷ്യം കൊണ്ടുമല്ല.
ആ വാതിൽ തുന്നിട്ടാലും
അതിൽ നിന്ന് ഒരു വെളിച്ചവും കാറ്റും വരാനില്ല.
അതുകൊണ്ട് നിങ്ങളെ അസ്വസ്ഥമാക്കുന്ന മനുഷ്യരുടെ നേരെ മെല്ലെ കണ്ണുകൾ അടക്കുക.
കണ്ണു തുറന്ന് നോക്കേണ്ടത്
നിങ്ങളെ സ്നേഹിക്കുന്ന മനുഷ്യരിലേക്കാണ്.
മനസ്സിന്റെ സമാധാനം അവിടെയാണ്.
അവിടെ മാത്രം"*

പൗലൊ കൊയ്‌ല്ലോയുടെ വാക്കുകളാണിത്.

ജീവിതത്തെ ഊർജ്ജമുള്ളതാക്കി മാറ്റുവാൻ ഇതിനേക്കാൾ സർഗ്ഗാത്മകമായ വഴിയില്ല. ചുറ്റിലും ഇഷ്ടമുള്ളവർ ഏറെയുണ്ട്. അവരിലേക്ക് കണ്ണുകളെ തുറന്നു പിടിക്കാം. അല്ലാത്തവരോട് കലഹിക്കേണ്ടതില്ല. വിയോജിപ്പ് പ്രഖ്യാപിക്കേണ്ടതുമില്ല. കൺമിഴികളോട് സാവകാശം അടഞ്ഞിരിക്കാൻ പറയാം.

രണ്ടു തരം ആളുകളുണ്ട് ചുറ്റും. ഒന്ന് നമ്മെ സദാ നന്മയിൽ നിരീക്ഷിച്ചു കൊണ്ടിരിക്കുന്നവർ. മറ്റൊന്ന് നമ്മളിലെ കുറവുകളെ കാണാൻ കണ്ണിൽ എണ്ണയൊഴിച്ചിരിക്കുന്നവർ. ആദ്യം പറഞ്ഞത് പോസറ്റീവ് എനർജിയുടെ ഉൽപാദകർ. രണ്ടാമത്തേത് പിറകോട്ടു വലിക്കുന്ന ഊർജ്ജത്തിന്റെ സംഭരണ കേന്ദ്രം. നമ്മളിലെ കുറവുകളെ പ്രോത്സാഹനമാക്കി മാറ്റാൻ ശേഷിയുള്ളവർക്കു മുന്നിലാണ് നമ്മുടെ കണ്ണുകളെ തീവ്രമായി പതിപ്പിക്കേണ്ടത്. അവർ നമ്മെ സ്നേഹത്തോടെ നിരീക്ഷിക്കുന്നവരാണ്. നമ്മളിലെ ഉയർച്ചയെ

ആഗ്രഹിക്കുന്നവരാണ്. ആത്മവിശ്വാസത്തെ വികരണം ചെയ്യുന്നവരാണ്. അവരുടെ വാക്കുകളോരോന്നും പ്രചോദന മഴയാണ്. അവരുടെ നോട്ടങ്ങളിൽ മുന്നോട്ട് കുതിക്കാനുള്ള ഊർജ്ജമുണ്ടാകും. ഓരോ തലോടലിലും മുന്നിലെ ലക്ഷ്യം കൂടുതൽ വ്യക്തമാകും.

നേട്ടങ്ങളെയൊക്കെയും വിലകുറച്ച് കാണുന്നവരാണ് രണ്ടാമത്തെ കൂട്ടർ. അവർ നമ്മളിലെ മികവിനെയൊന്നും കാണാൻ ശ്രമിക്കില്ല. കണ്ടാൽ തന്നെ കണ്ടഭാവം നടിക്കില്ല. കുറവുകളെ കുറിച്ചായിരിക്കും അവർ തിരയുന്നുണ്ടാകുക. ഇകഴ്ത്താനുള്ള വഴികൾക്കായി ഇഴകീറി പരിശോധിക്കും. ആയിരം നേട്ടങ്ങളെ കാണാതെ ഒളിഞ്ഞിരിക്കുന്ന ഒരു വീഴ്ച്ചയെയായിരിക്കും അവർ പർവ്വതീകരിക്കുക. അംഗീകാരങ്ങളെയൊക്കെയും വിലകുറച്ച് കാണും. പരിഹാസത്തോടെ അഭിസംബോധന ചെയ്യും. വാക്കിലും നോട്ടത്തിലും മുന്നിലുള്ളയാളെ എങ്ങനെ തളർത്താമെന്നായിരിക്കും അവർ ഗവേഷണം നടത്തുക. ഇവരിലേക്കുള്ള നോട്ടത്തെ സ്നേഹത്തോടെ മറച്ച് പിടിക്കാനായാൽ നമ്മളിൽ ആത്മവിശ്വാസത്തെ ഊർജ്ജമാക്കി നിറുത്താനാകും.

മനസ്സിൽ സ്നേഹമുള്ളവരാണ് അധികവും. പ്രകടിപ്പിക്കുന്നവർ ഏറെയുണ്ടാകണമെന്നില്ല. പുറത്തേക്ക് കാണിക്കാനറിയില്ലെങ്കിലും ഉള്ളുനിറയെ കൊണ്ടു നടക്കുന്നവരാണവർ. സ്നേഹം മനസ്സിലുള്ളവരെയാകണം ചേർത്തു പിടിക്കേണ്ടത്. അവർക്കു മുന്നിലാകണം കണ്ണുകൾ തുറക്കേണ്ടത്. സ്നേഹമുള്ളവർക്കെ കൂടെയുള്ളവർക്ക് വഴികൊടുക്കാനാകൂ. മാറികൊടുക്കലാണ് ഏറ്റവും മഹത്തായ വഴി. ലക്ഷ്യത്തിലേക്കുള്ള വഴികൾ തേടുന്നവർക്ക് വഴി കാണിച്ചു കൊടുക്കാൻ ഇവർക്കാകും. ഇരുട്ട് പരത്തി അവ്യക്തതകൾ നിറച്ച് വഴിയടക്കുന്നവരിലേക്ക് നമ്മുടെ നോട്ടത്തെ കൊണ്ടു പോകേണ്ടതില്ല. കണ്ണിൽ നോക്കി നമ്മുടെ ആവശ്യങ്ങൾ തിരിച്ചറിയാനാകുന്നവരുണ്ട്. അത്തരം കണ്ണുകളെ കണ്ടെത്തി നോട്ടം മുറിയാതെ നോക്കി നിൽക്കാനായാൽ അതിൽപരം സുകൃതം മറ്റൊന്നില്ല. ആവശ്യങ്ങൾ പറയാതെ തിരിച്ചറിയുന്നവരാണവർ. കൂടെയുള്ളവർ ദുർബലരാകരുതെന്ന് ഉൾകാഴ്ച്ചയുള്ളവർ. നമ്മളറിയാതെ നമ്മെ നോക്കി കൊണ്ടിരിക്കുന്നവർ.

കൂടെയുള്ളവർക്കായി വഴി വെട്ടിനൽകാൻ മനസ്സിന് കണ്ണാകാനാകണം. ചെവിയാകാനാകണം. മനസ്സുകൊണ്ട് ഒപ്പമുള്ളയാളുടെ മനസ്സിനെ കാണാനും കേൾക്കാനുമാകണമെന്ന് ചുരുക്കം. ജീവിത വിഭവങ്ങളോട് ഇത്രമതിയെന്ന് പറയാനാകുന്നവരാണവർ. അവർക്ക് വൈകാരികതകളോടും ഇത്രമതിയെന്ന് പറയാനാകും.

വയൽ നിറയെ നെൽമണികൾ ഉണ്ടായിട്ടും പക്ഷികൾ അവർക്കാവശ്യമുള്ളത് മാത്രമാണ് അതിൽ നിന്നെടുക്കാറുള്ളത്. കുന്നുകൂട്ടാൻ ഏറെ ഉണ്ടായിട്ടും ആവശ്യത്തിന് മാത്രം മതിയെന്ന്

പറയാൻ ചുറ്റുപാടുകളെ കാണാനുള്ള കണ്ണിനെ കഴിയൂ. എല്ലാവരുടേയും ആവശ്യങ്ങളെ കാണാനുള്ള മനസ്സുമായി സൃഷ്ടിക്കപ്പെട്ടവരാണ് മനുഷ്യർ. സാമൂഹ്യത വിശേഷണമായത് അതിനാലാണ്. നമ്മളെന്ന സ്നേഹത്തിൽ നിന്ന് ഞാനെന്ന സ്വാർത്ഥതയിലേക്ക് വഴിമാറിയതോടെ കൂടെയുള്ളവരുടെ മികവുകളൊക്കെയും മനസ്സിന്റെ അസ്വസ്ഥതകളായി മാറി. നമ്മളെന്ന സ്നേഹത്തെ കൊണ്ടുനടക്കുന്നവരെയാണ് ചുറ്റുപാടുകൾ തേടുന്നത്. കണ്ണുകൾക്ക് ഇമവെട്ടാതെ തുറന്നു പിടിക്കാൻ.

●

# പൂത്തുലഞ്ഞങ്ങനെ വാടാതെ നിൽക്കട്ടെ...

*'എന്നെക്കുറിച്ചുള്ള സർവ കാര്യങ്ങൾ അറിഞ്ഞിട്ടും നിഴലായി തുടരുന്ന നീ കേവലം ഒരു സുഹൃത്തല്ല. അതിനുമപ്പുറം എന്തൊക്കെയോ ആണ്. അരക്ഷിത നായിരിക്കുമ്പോൾ എനിക്ക് സംരക്ഷണം നൽകുന്നു. കഷ്ടതകളുടെയും ഇല്ലായ്മയുടെയും മധ്യത്തിൽ എന്നെ നീ കൈവിടാതിരിക്കുന്നു. എനിക്കുവേണ്ടി ജീവിതം ത്യജിക്കാൻ സന്നദ്ധനാകുന്നു. തിന്മകളിലേക്ക് അടുക്കും തോറും എന്നെ കൈപിടിച്ച് വലിക്കുന്നു. എനിക്ക് സ്വർഗത്തിലേക്കുള്ള വഴി കാണിച്ചുതരുന്നു.*
*മതി, നീ മതി; ഒരേ ഒരു സുഹൃത്ത്...*
*ജീവിതം ധന്യമാകാൻ മറ്റൊന്നും വേണ്ട'*

അമേരിക്കൻ എഴുത്തുകാരൻ എൽബർട്ട് ഹബ്ബാർടിന്റെ 'ഗാർസിയായ്ക്കുള്ള സന്ദേശം' എന്ന പുസ്തകത്തിൽ തന്റെ സുഹൃത്തിനെപ്പറ്റി പറയുന്ന വരികളാണിത്.

പലപ്പോഴും നമ്മുടെ തന്നെ പ്രതിച്ഛായ ആയ, നമ്മെ അകം പുറം അറിയുന്ന, മറകളില്ലാതെ, വളർച്ചയിൽ സഹായിക്കുകയും സന്തോഷിക്കുകയും, വീഴ്ചയിൽ താങ്ങുകയും ചെയ്യുന്ന ഉറപ്പാണ് സുഹൃത്ത്. ഇതിന് കണ്ണാടിയോളം വ്യക്തതയുണ്ടെന്ന് തിരിച്ചറിയുമ്പോഴാണ് സുഹൃത്ത് എന്ന മനുഷ്യബന്ധത്തിന്റെ പകർപ്പ് രൂപപ്പെടുന്നത്. ഈ ബന്ധത്തിന്റെ ഒരു ഘട്ടത്തിലും അഭിനയം കലരുന്നില്ലെങ്കിൽ ജീവനോളം വിലമതിക്കുന്നതാകും സൗഹൃദം.

സുഹൃത്തെന്നു പറഞ്ഞാൽ എന്തിനും ഏതിനും അനുകൂലിക്കുന്നവൻ എന്നാണ് പൊതുധാരണ. നമ്മുടെ ഏതു ശരികേടുകളോടും ശരിയെന്ന് പറഞ്ഞ് പുറത്ത് തട്ടി പ്രോത്സാഹിപ്പിക്കുന്നവൻ

എങ്ങനെയാണ് നല്ല സുഹൃത്താവുക? നിങ്ങൾ ഒരു ദിവാസ്വപ്നത്തിൽ മുഴുകിയിരിക്കെ, നിങ്ങളെ അതിൽ നിന്ന് ഉണർത്തി സ്വന്തം കർത്ത വ്യത്തെക്കുറിച്ച് ഓർമ്മിപ്പിക്കുന്നതാരോ അവനാണ് യഥാർത്ഥ സുഹൃത്ത്. സ്നേഹിതൻ കുറ്റപ്പെടുത്തുന്നത് ആത്മാർത്ഥതകൊ ണ്ടാണ്, ശത്രുവാകട്ടെ നിന്നെ നിരന്തരം ചുംബിച്ചുകൊണ്ടിരിക്കുന്നു.

കൂടെ പഠിച്ചവനോ ഒരു മുറിയിൽ അന്തിയുറങ്ങുന്നവനോ ഒരുമിച്ച് ജോലി ചെയ്യുന്നവനോ മാത്രമല്ല സുഹൃത്താകാൻ കഴിയുക. അമ്മ യ്ക്ക് സുഹൃത്താകാം, അച്ഛന് സുഹൃത്താകാം, ഭാര്യയും പെങ്ങളും കാമുകിയും സുഹൃത്താകാം. വീടിനോട് കൂട്ട് കൂടാത്ത ഒരാൾക്കും നല്ല കൂട്ട് കിട്ടുമെന്നും തോന്നുന്നില്ല.

സുഹൃത്തെന്നാൽ നല്ല മനസ്സുള്ളവൻ എന്നെ അർത്ഥമുള്ളൂ. നമ്മുടെ വേദനകളിൽ നമ്മോടൊപ്പം സഹതപിക്കുവാനും നമ്മുടെ സന്തോഷ ങ്ങളിൽ നമ്മേക്കാൾ ആഘോഷിക്കുവാനും കഴിയുന്നവൻ. അവരുടെ ആവശ്യങ്ങളെ തന്റെ തന്നെ ആവശ്യമായി തിരിച്ചറിയുന്നവൻ. നിന്റെ വിജയങ്ങളിൽ അവന് പങ്കുണ്ട്. നിന്റെ സങ്കടങ്ങളിൽ അവന് വിഷമമുണ്ട്.

സൗഹൃദമെന്നത് ഏതെങ്കിലും പ്രത്യേക അവസ്ഥയിലൊ, ഏതെങ്കിലും ഘട്ടം വരെയോ കൊണ്ടുനടക്കേണ്ട ഒന്നല്ല.

ജീവിതമെന്ന ചില്ലക്ഷരത്തിന് സൗഹൃദമെന്ന സ്വരാക്ഷരം കൂടിയേ തീരൂ. ഒറ്റ വരിയിൽ മാത്രമേ അതിനെ എഴുതാവൂ എന്ന് ശാഠ്യം പിടിക്കരുത്. ഇരട്ടവരിയിലും നാലുവരിയിലുമൊക്കെ അതിനെ പകർത്താം. വേണമെങ്കിൽ ക്ലിപ്തപ്പെടുത്തിയ മാർജിനുകൾ ഉപേക്ഷിച്ചും മാർജിനുകൾക്ക് മീതെയും. എങ്ങനെ എഴുതുമ്പോഴും അത് സ്നേഹത്തോടെയായിരിക്കണം. സൗഹൃദം എന്നുകൂടി വരയ്ക്കാതെ ജീവിതത്തിന്റെ ഭൂപടം പൂർണ്ണമാകില്ല.

●

# മണ്ണാങ്കട്ടയും കരിയിലയുമാകാം...

ആണിനെ ഭർത്താവും പെണ്ണിനെ ഭാര്യയുമാക്കിയപ്പോഴാണ് ദാമ്പത്യത്തിൽ അടിമയും ഉടമയും പിറന്നത്.ഭരിക്കുന്നവൻ ഭർത്താവും ഭരിക്കപ്പെടേണ്ടവൾ ഭാര്യയുമാകുന്നിടത്ത് ഭാര്യ അടിമയായി മാറുന്നത് സ്വാഭാവികം.നിലനിൽക്കുന്ന സാമൂഹ്യ ഘടനയാണ് പെണ്ണിനെ ഭരിക്കപ്പെടേണ്ടവളാക്കിയത്.

വിവാഹത്തിൽ ഭാര്യയുടെ അധികാരി ഭർത്താവ് അല്ല എന്ന സുപ്രധാന നിരീക്ഷണത്തോടെയാണ് സുപ്രീംകോടതി അഞ്ചംഗ ഭരണഘടനാ ബെഞ്ച് വിവാഹേതരബന്ധം ക്രിമിനൽക്കുറ്റമല്ലാതാക്കിയിരിക്കുന്നത്. ഇതോടെ 158 വർഷം പഴക്കമുള്ള ഇന്ത്യൻ ശിക്ഷാ നിയമത്തിലെ 497-ാം വകുപ്പ് ചരിത്രമായി. പുരുഷമേൽക്കോയ്മയുടെ ഭാഗമായുള്ള പുരാതന വകുപ്പാണിതെന്ന നിരീക്ഷണവും കോടതി നടത്തി.

പ്രപഞ്ചത്തിലെ മഹാഭൂരിപക്ഷം ജീവജാലങ്ങളും ഇണകളാണ്. അവ പരസ്പരം ഇണകളെന്നു തന്നെ അഭിസംബോധന ചെയ്യുന്നു. അവർ പരസ്പരം ചേരുന്നതിനെ ഇണ ചേരുകയെന്ന് വിശേഷിപ്പിക്കുന്നു. ജീവജാലങ്ങളിൽ വിശിഷ്ടമായ മനുഷ്യൻ ഭരിക്കുന്നവനും ഭരിക്കപ്പെടുന്നവളുമായി സ്വയം വേർതിരിയുന്നു.ഇണയാകേണ്ടവർ ഹസ്ബന്റും വൈഫുമായി മാറുന്നിടത്ത് തുല്ല്യനീതിയെന്നത് പകുത്തു മാറ്റപ്പെടുന്നുണ്ട്. പരസ്പരമുള്ള കടമയും ബാധ്യതയുമാണ് ദാമ്പത്യത്തെ ഇണയെന്ന പാരമ്യത്തിലേക്കെത്തിക്കുന്നത്. പെണ്ണിനെ ഭരിക്കപ്പെടേണ്ടവളായി കാണുന്നിടത്ത് അടിമത്ത ബോധം കടന്നു വരുന്നു.

പുരുഷാധിപത്യ സമൂഹത്തിന്റെ സൃഷ്ടിയായാണ് വിവാഹത്തിൽ പെണ്ണ് ഭരിക്കപ്പെടേണ്ടവളെന്ന ഭാര്യയായി മാറുന്നത്. സമ്പൂർണ്ണ സ്വാതന്ത്ര്യവും അവകാശങ്ങളുമുള്ള വ്യക്തിത്വം എന്നതിൽ നിന്ന്

ചിറകരിയപ്പെട്ടുന്നിടത്തേക്ക് പെണ്ണ് മാറുന്നതോടെ ഭാര്യയെന്ന വിവക്ഷ സമ്പൂർണ്ണമാകുകയാണ്.പരസ്പര സ്നേഹവും ബഹുമാനവും കൊണ്ടും കൊടുത്തും കഴിയേണ്ട അവസ്ഥക്കു പറയുന്നതാണ് ദാമ്പത്യം. അതൊരു കെട്ടിയിടലായി മാറ്റപ്പെട്ടത് ഭാര്യ ഭർതൃ വിചാരത്തിൽ നിന്നാകാം.

വിവാഹബന്ധത്തെ ഇണയെന്ന് വിശേഷിപ്പിക്കുന്ന ഗ്രന്ഥം വിശുദ്ധ ഖുർആൻ ആണ്. പരസ്പരം സമാധാനമായി മാറുന്നതിനെന്ന ബിന്ദുവിൽ നിന്നാണ് ഇണയെന്ന വിശേഷണം ചാർത്തി നൽകുന്നത്. കൃത്യമായ കൊടുക്കൽ വാങ്ങലിന്റെ ഭൂമികയാണ് ദാമ്പത്യം. ഇരുകൂട്ടർക്കും കടമയോടൊപ്പം ബാധ്യതയുമുണ്ടെന്നതിലാണ് ദാമ്പത്യത്തിന്റെ നിലനിൽപ്പ്.കടമ മറക്കുന്നിടത്ത് ഒരാൾ മറ്റൊരാൾക്ക് ബാധ്യതയായി മാറുന്നു. നല്ല പാതിയെന്നതിനേക്കാൾ സവിശേഷമാണ് ഇണയെന്നത്. മറ്റൊന്നിന്റെ പൂർണ്ണതയാണ് ഇണ.ആണിന്റെ പൂർണ്ണത പെണ്ണാകുന്നിടത്ത് വിവാഹം തുല്ല്യ നീതിയുടേതാകും.

എല്ലാ അവകാശങ്ങളുമുള്ള സ്വതന്ത്ര വ്യക്തിത്വം എന്നത് പെണ്ണിന് വിവാഹം നഷ്ടപ്പെടുത്തുന്നുണ്ടെങ്കിൽ അവിടെ അടിമ-ഉടമ വിചാരം കടന്നു വരുന്നുണ്ടെന്നാണ്. സ്വാതന്ത്ര്യം എന്നതിന് അതിരുവിടുകയെന്ന് അർത്ഥമില്ലാത്തതിനാൽ അവകാശങ്ങളൊക്കെയും പരസ്പരം വകവെച്ചു നൽകേണ്ടതാണ്. കരിയിലയും മണ്ണാങ്കട്ടയും പോലെയാകണം ദാമ്പത്യം. കരിയിലയെ കാറ്റിൽ പാറി പോകാതെ പിടിച്ചു നിറുത്തുന്ന മണ്ണാങ്കട്ടയെ പോലെ, മഴയിൽ കുതിർന്നു പോകാതെ മണ്ണാങ്കട്ടക്ക് മേൽക്കൂര വിരിക്കുന്ന കരിയിലയെ പോലെ പരസ്പര്യത്തിന്റേതാണ് ദാമ്പത്യം.

●

## ജീവിതം
## ജീവിച്ച തീർക്കേണ്ടതൊ...

എന്തിന് ജനിച്ചുവെന്ന് ഓരോ ജീവിതവും സ്വന്തത്തോട് ചോദിക്കുന്നുണ്ട്. ജനിച്ചത് ജീവിക്കാൻ വേണ്ടിയെന്നത് സമ്പൂർണ്ണ ഉത്തരമാകുന്നില്ല. ജീവിക്കുന്നത് ആർക്ക വേണ്ടിയെന്നത് പൂരിപ്പിക്കുമ്പോഴാണ് ജീവിത ലക്ഷ്യം വ്യക്തമാക്കപ്പെടുക. എഴുപതൊ എൺപതൊ വർഷം ഭ്രമിയിൽ ജീവിച്ച് മരിച്ച പോകുന്ന മനുഷ്യന് യാതൊന്നും അവശേഷിപ്പിക്കാനാകുന്നില്ലെങ്കിൽ ആ ജീവിതം കൊണ്ട് എന്ത കാര്യമെന്നത് അടിവരയിടപ്പെടുന്നതാണ്.

മഴവില്ലിന്റെ ജാതകവുമായി ചില മഹാപ്രതിഭകളെ ദൈവം ഭ്രമിയിലേക്ക് അയക്കാറുണ്ട്. ഒരു പുരുഷായുസ് കൊണ്ടുപോലും പൂർത്തിയാക്കാനാകാത്ത കാര്യങ്ങൾ ദശാബ്ദങ്ങൾക്കുള്ളിൽ അവർ ചെയ്തുതീർക്കും. ഒടുവിൽ ഏവരെയും വിസ്മയിപ്പിച്ചും നൊമ്പരപ്പെടുത്തിയും ഓർക്കാപ്പുറത്ത മടങ്ങും. അവർ അവരുടെ ജീവിതത്തെ ജീവിച്ച തീർക്കുകയായിരുന്നില്ല. അടയാളപ്പെടുത്തുകയായിരുന്നു.

ഓരോ സാധാരണ മനുഷ്യനും ജീവിതത്തെ അടയാളപ്പെടുത്തുന്ന നിമിത്തങ്ങളാണ്. ഞാൻ എനിക്ക വേണ്ടിയെന്നതിലേക്ക് ചുരുമ്പോൾ നമ്മളിലെ നിമിത്തങ്ങൾ മയങ്ങി ഉറങ്ങും. നമ്മൾ മറ്റുള്ളവർക്കാകുമ്പോൾ ഞാനെന്നതിന്റെ വ്യാപ്തി ഉറക്കമുണർന്ന് ഉഗ്രശേഷിയിലേക്കെത്തും. ജീവിതമെന്നത് മരണം വരെ നിശ്ചയിക്കപ്പെട്ട കാലയാത്രയാണ്.മരണം വലിയ പിശുക്കനും പിടിവാശിക്കാരനുമാണെന്ന് പറയാറുണ്ട്. വാരിക്കോരി ഒന്നും നൽകില്ല. ഒരിക്കൽ എടുത്തത് തിരിച്ച കൊടുക്കാറുമില്ല. മരണത്തിനു മുന്നിൽ അവസാനിക്കുന്ന യാത്രക്ക മുൻപ് കാലത്തിന് ഓർത്തുവെക്കാൻ എന്ത് നൽകാനാകുന്നുവെന്നതാണ് ജീവിതം കൊണ്ടുള്ള അടയാളപ്പെടുത്തൽ.

മഹാ പ്രതിഭകളുടേത് മാത്രമല്ല ലോകം. അതിസാധാരണ മനുഷ്യന്റേതു കൂടിയാണ്. മറ്റുള്ളവരുടെ മനസ്സിൽ കുടിയിരിക്കുകയെന്നതാണ് ജീവിതം അടയാളപ്പെടുത്തപ്പെടുന്നതിന്റെ പ്രാഥമിക തലം. അതിന് അവർക്കു വേണ്ടിയാകാൻ നമുക്കാകണം. സ്നേഹവും ഇഷ്ടവും അനുകമ്പയും നിറഞ്ഞു നിൽക്കുന്നിടത്തു മാത്രമെ മറ്റുള്ളവർക്കാകാൻ നമുക്കാകൂ. സ്വന്തത്തെ പ്രണയിക്കുന്ന ലോകം ഊഷരമായിരിക്കും. അവിടെ ഉള്ളവരൊക്കെയും മനുഷ്യത്വം വറ്റിവരണ്ട് നിർവ്വികാരതയിലേക്ക് മാറിയിട്ടുണ്ടാകും.സാമൂഹ്യതയെന്ന സൗന്ദര്യത്തെ കയ്യൊഴിഞ്ഞ് സ്വാർത്ഥതയുടെ വികൃതഭാവത്തെ എടുത്തണിഞ്ഞിട്ടുണ്ടാകും.

ചിലരുടെ സാന്നിധ്യം സമൂഹം ഒന്നടങ്കം ആഗ്രഹിക്കാറുണ്ട്.മറ്റു ചിലരുടേത് അസ്വസ്ഥമായി തോന്നാറുണ്ട്.സമൂഹം ആഗ്രഹിക്കുന്ന തലത്തിലേക്ക് നന്മയെ ഉൽപാദിപ്പിക്കുന്ന ഫാക്ടറികളായി മനുഷ്യർക്ക് മാറാൻ കഴിയുന്നിടത്ത് സാധ്യമാകുന്ന മുന്നേറ്റങ്ങൾ ചെറുതാകില്ല.സമൂഹത്തിന്റെ സന്തോഷങ്ങൾക്കൊപ്പമാകുകയെന്നതാണ് പ്രധാനം. മാനവികതയെ കരുത്തുറ്റതാക്കുകയെന്നത് രണ്ടാമത്തേത്. ഒപ്പമിരിക്കാനും ചേർത്തു പിടിക്കാനും വഴിവെട്ടുന്നതും നന്മയുടെ ഭാഗമായി അടയാളപ്പെടുത്തപ്പെടും.

അകലാനുള്ള വഴികൾ സൃഷ്ടിക്കുന്ന കാലമാണിത്. അസഹിഷ്ണുത ഉഗ്രശേഷിയുള്ള ഇന്ധനമാണ്. സഹവർത്തിത്വം നേർത്തു വരുന്നു. സമൂഹമാകെ പൊട്ടിത്തെറിയുടെ വക്കിലേക്ക് മാറുന്നു. മാനവികതക്കായുള്ള ആപ്തവാക്യങ്ങൾക്ക് നാടാകെ കാതോർക്കുകയാണ്. വിഭാഗീയതയതയുടെ കരിമുഖങ്ങൾക്കു മേൽ മുഷ്ടി ചുരുട്ടാൻ ആരുണ്ടെന്ന ചോദ്യം അന്തരീക്ഷത്തിലാകെ അലയുന്നുണ്ട്.ഇത്തരമൊരു പ്രതിസന്ധിക്കു മുന്നിൽ ഉറക്കമുണരാനും മൗനം വെടിയാനും തയ്യാറാകുന്നവരൊക്കെയും സാമൂഹ്യതയുടെ ഗണത്തിലേക്ക് ചേർക്കപ്പെടുന്നവരാണ്.

●

## ദൈവം പ്രണയമാണ്...
## ഭക്തി പ്രേമോന്മാദവും...

മുഹമ്മദ് നബിയുടെ അനുചരന്മാരിൽ പ്രമുഖനാണ് ഉറുവത്ത് ഇബ്നു സുബൈർ. അദ്ദേഹത്തിന്റെ ഒരു കാലിന് മാരകമായ രോഗം പിടിപെട്ടു. ചികിത്സ തേടിയപ്പോൾ കാൽ മുറിച്ചു മാറ്റണമെന്ന തായിരുന്നു പ്രതിവിധി.കാൽ മുറിച്ചു മാറ്റി. വിശ്രമിക്കുന്നതിനിടെ കാണാനെത്തിയവർ സഹതാപത്തോടെ സംസാരിച്ചു.അത്തരം സംസാരത്തെ ഉറുവത്ത് തിരുത്തി.രണ്ട് കാലുകളും അത്ര തന്നെ കൈകളും കണ്ണുകളും ചെവികളും മറ്റവയവങ്ങളും നൽകിയ ദൈവം തന്റെ ഒരു കാൽ തിരിച്ചെടുത്തു. ഇക്കാര്യത്തിൽ ദൈവത്തെ സ്തുതി ക്കുകയാണെന്നായിരുന്നു മറുപടി.

ഏറെ വൈകാതെ മറ്റൊരു സങ്കട വാർത്ത കൂടി അദ്ദേഹത്തിനു മുന്നിലെത്തി. മകൻ ഒട്ടകത്തിന്റെ ചവിട്ടേറ്റ് മരിച്ചിരിക്കുന്നു. ദൈവത്തിന് സ്തുതിയെന്നാണ് ആ വാർത്തയോട് അദ്ദേഹം പ്രതിക രിച്ചത്.തുടർന്ന് അദ്ദേഹം വിശദീകരിച്ചത് ഇങ്ങനെ: എനിക്ക് നാല് മക്കളെ ദൈവം നൽകി.അതിൽ ഒരുവനെ ദൈവം തിരിച്ചുവിളിച്ചു. ബാക്കി മൂന്ന് പേരെ എനിക്കായി നൽകിയ ദൈവം എത്ര മഹാൻ.

ദൈവ വിശ്വാസം മനുഷ്യന് നൽകേണ്ടത് കരുത്തും ആത്മ വിശ്വാസവുമാണെന്ന് ഉറുവത്ത് ഇബ്നു സുബൈറിന്റെ നിശ്ചയദാർ ഢ്യത്തോടെയുള്ള വാക്കുകൾ പറഞ്ഞു തരുന്നു. ജീവിതത്തിൽ സംഭവിക്കുന്ന ഏതൊന്നും ദൈവിക നിശ്ചയപ്രകാരമാണെന്ന് വിശ്വസിക്കുന്നവരാണ് ദൈവ വിശ്വാസികൾ. ദൈവം നിശ്ചയി ച്ച ഒന്നിനെ തടയുവാനൊ, തടഞ്ഞ ഒന്നിനെ നടപ്പാക്കുവാനൊ ആർക്കുമാകില്ലെന്ന് ഉറച്ചു വിശ്വസിക്കുന്നു. സ്വജീവിതത്തിലേക്കെ ത്തുന്ന ദുരന്തങ്ങൾക്കു മുന്നിൽ മനുഷ്യൻ പതറിപ്പോകുന്നുവെങ്കിൽ നാവുകൊണ്ട് ഉരുവിട്ട ദൈവവിശ്വാസം മനസ്സിൽ കരുത്തായി മാറുന്നില്ലെന്ന് വ്യക്തം.

ജീവിതമെന്നത് സന്തോഷത്തിന്റെയും സംതൃപ്തിയുടേയും ഒറ്റയടിപ്പാതയല്ല. സമ്മിശ്രമായ അനുഭവങ്ങളുടെ താക്കോൽ കൂട്ടമാണ്. നേട്ടങ്ങളുണ്ടാകുമ്പോൾ മതിമറന്ന് സന്തോഷിക്കുകയും പ്രയാസങ്ങളിൽ ദുർബലനാവുകയും ചെയ്യുന്നിടത്താണ് മനുഷ്യനുള്ളത്. ദൈവ വിശ്വാസി അങ്ങനെയാവരുതെന്ന് മതം പഠിപ്പിക്കുന്നു. വിശ്വാസികളുടെ കാര്യം അത്ഭുതമാണെന്നാണ് വേദഗ്രന്ഥങ്ങളുടെ അധ്യാപനം. സന്തോഷങ്ങളിൽ അവർ ദൈവത്തെ സ്തുതിക്കും. സങ്കടങ്ങളിൽ ക്ഷമ കൈകൊണ്ട് പ്രതീക്ഷയോടെ കാത്തിരിക്കും.

ദൈവവും ദൈവവിശ്വാസവും യന്ത്രിക

പ്രകടനങ്ങളായി മാറിയിട്ടുണ്ട്. മതത്തിന്റെ മൂല്യങ്ങളെ തിരിച്ചറിയാത്ത കാട്ടിക്കൂട്ടലുകളുടെ ഭാവാഭിനയമായി മതം മാറുന്നു. വിശ്വാസം മനസ്സിൽ രൂപപ്പെടുത്തേണ്ട ഭക്തിയും അങ്ങനെ തന്നെ. ഭക്തിയെന്നാൽ ദൈവ സാക്ഷാത്ക്കാരത്തിനായി മനസ്സുകൊണ്ടുള്ള നിരന്തര യത്നമാണ്. ദൈവത്തെ കുറിച്ചുള്ള പരമമായ പ്രേമോന്മാദമാണ്. നിത്യ മുക്തിയെ പ്രദാനം ചെയ്യുന്നതാണ്. പരമ പ്രേമമാണ് ഭക്തിയുടെ സ്വരൂപം. ഭക്തി നിറഞ്ഞാൽ മനുഷ്യൻ എല്ലാറ്റിനേയും സ്നേഹിക്കാൻ തുടങ്ങും. യാതൊന്നിനേയും വെറുക്കില്ല. നിത്യസംതൃപ്തനായിരിക്കും. കർമ്മത്തേക്കാളും യോഗത്തേക്കാളും ശ്രേഷ്ഠമാണ് ഭക്തി.

ഭക്തി പാരമ്യത്തിലെത്തുമ്പോൾ സ്നേഹം മാത്രമായിരിക്കും നിറഞ്ഞൊഴുകുക. പ്രണയസ്വരൂപമായ ദൈവത്തിലേക്ക് മനുഷ്യൻ ചേരുന്ന ഘട്ടമാണത്. മനസ്സ് നൈർമല്ല്യത്തിലെത്തുന്ന അവസ്ഥ.

വെറുപ്പും വിദ്വേഷവും ഭക്തിയല്ല. മനസ്സ് നന്മ മാത്രമെ കരുതൂ. നല്ലതെ പറയൂ.

# ഇഷ്ടത്തെ പ്രണയിക്കുന്ന സ്നേഹം

കുങ്കുമം ചുമക്കുന്ന കഴുതയെന്നൊരു ചൊല്ലുണ്ട്. ലോകത്തിന് മുഴുവൻ സുഗന്ധമാകുന്നതിനെ തിരിച്ചറിയാതെ കൊണ്ടു നടക്കുന്നവരെ കുറിച്ചാണത്.ഇഷ്ടവും സ്നേഹവും പ്രണയവും മനസ്സിലൊതുക്കുന്നവരും അങ്ങനെയാണ്. ഇവ മൂന്ന് വാക്കുകൾ പോലെ മൂന്ന് വികാരങ്ങളാണ്. മൂന്നും വിത്യസ്തമാണെന്നറിയാത്തവരാണ് ഇവയെ മനസ്സിനകത്ത് കുത്തിനിറച്ച് നടക്കുന്നവരിൽ ഏറെയും.

ഒരാളെ ഇഷ്ടപ്പെടുന്നതു ബാഹ്യമായ ആകർഷണത്താലാണ്. കഴിവും മികവും ആകാരവും സാമൂഹ്യസ്ഥിതിയും അതിൽപെടും. സുന്ദരനായ യുവാവ് ആസിഡ് ആക്രമണത്തിൽ വിരൂപിയായി മാറിയ കമിതാവിനെ വിവാഹം കഴിച്ചാൽ അത് ഇഷ്ടമല്ല, സ്നേഹമാണ്.

ഉപാധികളുടെ ലോകത്താണ് ഇഷ്ടം. എനിക്കു ഹിതമെങ്കിൽ അത് ഇഷ്ടം. എന്നാൽ സ്നേഹം അതിനപ്പുറത്താണ്. അഹങ്കാരത്തിന്റെ സകല ഭാവങ്ങളും സ്നേഹമുള്ളിടത്ത് അപ്രത്യക്ഷമാകും. വിനയവും എളിമയും വിധേയത്വവുമെല്ലാം അവിടെ നിറഞ്ഞു നിൽക്കും. മുറിപ്പെടുത്തുന്ന വാക്കുകൾക്ക് അവിടെ സ്ഥാനമില്ല. സ്നേഹം സകലതും ക്ഷമിക്കും. പരസ്പരവിശ്വാസവും വളരും. ഏതു കാറ്റും കോളും അവരിൽ ഒരു ചലനവുമുണ്ടാക്കില്ല.

ഇഷ്ടത്തിനും സ്നേഹത്തിനും അപ്പുറത്താണ് പ്രണയം. ഏതെങ്കിലും ഒന്നിലേക്കുള്ള തീവ്രമായ സഞ്ചാരമാണത്. പുഴ പോലെയെന്ന് പറയാം.ഒരേ ദിശയിലേക്കുള്ള ഒഴുക്കാണത്. കുറ്റവും കുറവും പരിമിതികളുമൊന്നും തടസ്സമാകാത്ത ഒഴുക്ക്.

ഒരിക്കൽ ഒരു സന്ന്യാസി ജയിൽ സന്ദർശിച്ചു. ജയിൽപ്പുള്ളികളുമായി അദ്ദേഹം സൗഹാർദം പങ്കുവെച്ചു. കൗമാരപ്രായക്കാരനായ ഒരു കുട്ടിയും അവരുടെ കൂട്ടത്തിൽ ഉണ്ടായിരുന്നു. അവന് സംഭവിച്ച വിധിയെക്കുറിച്ചോർത്ത് അദ്ദേഹത്തിന്റെ ഹൃദയം ആർദ്രമായി.

അവന്റെ സമീപത്തുചെന്ന് തോളിൽ സ്നേഹപൂർവം കൈവെച്ച് പുറത്ത് തലോടിക്കൊണ്ട് ചോദിച്ചു. എന്റെ കുട്ടീ; ഈ കുറ്റവാളികളുടെ കൂട്ടത്തിൽ നീ എങ്ങനെ വന്നുപെട്ടു?

അവന്റെ കണ്ണുകൾ നിറഞ്ഞുതുളുമ്പി. അവൻ പതിഞ്ഞ സ്വരത്തിൽ പറഞ്ഞു. ആരെങ്കിലും ഇങ്ങനെ എന്റെ തോളത്ത് സ്നേഹപൂർവം ഒരു കൈവയ്ക്കാനുണ്ടായിരുന്നെങ്കിൽ, വാത്സല്യപൂർവം ഒരു വാക്ക് സംസാരിക്കാൻ ഉണ്ടായിരുന്നെങ്കിൽ ഞാൻ ഇന്നിവിടെ എത്തുമായിരുന്നില്ല.

സ്നേഹം ഹൃദയത്തിൽ ഒളിപ്പിച്ചുവയ്ക്കാനുള്ളതല്ല, വാക്കിലും നോക്കിലും പ്രവൃത്തിയിലും പ്രകാശിപ്പിക്കാനുള്ളതാണ്. കൊടുക്കുന്നവന് വാങ്ങുന്നവനേക്കാൾ സന്തോഷം നൽകുന്ന ധനമാണ് സ്നേഹം. കൈയിലിരുന്നിട്ടും കാണാതെപോകുന്ന സമ്പത്താണത്. ഉള്ളിലെ സ്നേഹത്തെ നമുക്കുണർത്താനാകണം. ഓരോ വാക്കിലൂടെയും പ്രവൃത്തിയിലൂടെയും ചലനത്തിലൂടെയും അത് ലോകത്തിൽ പ്രകടമാകണം.

അതിസങ്കീർണ്ണമായ മനുഷ്യ ശരീരത്തെ സ്നേഹമെന്ന നൈർമല്യത്തിൽ പൊതിഞ്ഞാണ് രൂപപ്പെടുത്തിയിരിക്കുന്നത്. അമ്മയിൽ നിന്ന് കുഞ്ഞിന് ലഭിക്കുന്ന സ്നേഹത്തിന് നിറഭേദങ്ങളുടെ മേമ്പൊടിയില്ല. കെട്ടുപാടുകളുമില്ലാതെ സകലർക്കുമായി വീതം വെക്കേണ്ടതാണ് സ്നേഹമെന്ന സുഗന്ധം. മനുഷ്യന്റെയുള്ളിൽ കുത്തിനിറക്കപ്പെട്ട സ്നേഹത്തെ ചങ്ങലക്കിടുന്നത് ഏതൊന്നായാലും അതിനെ തിരുത്തി വായിക്കാൻ സമയം കണ്ടെത്തേണ്ട ഘട്ടമാണിത്.

ജാതിയുടെയോ മതത്തിന്റെയോ കുലത്തിന്റെയോ മതിലുകൾ കെട്ടി അതിന് തടയിടാതെ അത് സർവത്ര പരന്നൊഴുകട്ടെ. ഹൃദയങ്ങൾ പരസ്പരം പുണർന്ന് ഉള്ളിലെ ആനന്ദത്തെ ഉണർത്തുകയും പങ്കുവയ്ക്കുകയും ചെയ്യട്ടെ. സ്നേഹം എല്ലാ ജീവജാലങ്ങളെയും തഴുകിയൊഴുകട്ടെ. അപ്പോൾ ഈ ഭൂമിയും നമ്മുടെ ജീവിതവും ധന്യമാകും.

●

# മാതൃത്വമെന്ന സ്നേഹരാജ്യം

പ്രായമായ അമ്മയെ കാട്ടിലുപേക്ഷിക്കാൻ കൊണ്ടുപോയ മകന്റെ കഥയുണ്ട്. കിടപ്പിലായ അമ്മയെ കട്ടിലിൽ നിന്ന് തോളിലേറ്റിയാണ് മകന്റെ യാത്ര. ഗ്രാമം കടന്ന് യാത്ര കാട്ടിലേക്കെത്തിയപ്പോൾ അമ്മ കാര്യം തിരിച്ചറിഞ്ഞു. തന്നെ ഉപേക്ഷിക്കാനാണ് മകന്റെ യാത്രയെന്ന്. കൊടുംകാടിലൂടെയാണ് സഞ്ചാരം. തന്നെ ഉപേക്ഷിച്ച് തിരിച്ചു വരുമ്പോൾ മകന് വഴിതെറ്റു മോയെന്ന ആകുലതയായിരുന്നു അമ്മയുടെ മനസ്സിനെ അലട്ടിയത്. മകന്റെ തോളിലിരുന്ന് വഴിയിലുടനീളമുള്ള മരച്ചില്ലകൾ ഒടിച്ച് മാറ്റു ന്നുണ്ടായിരുന്നു അമ്മ. കാടിന്റെ മധ്യത്തിലെത്തിയപ്പോൾ അമ്മ എന്താണ് ചെയ്യുന്നതെന്ന് മകൻ ചോദിക്കുന്നുണ്ട്. ഒറ്റക്ക് തിരിച്ചു വരുമ്പോൾ വഴി തെറ്റാതിരിക്കാൻ വഴിയുണ്ടാക്കുകയാണെന്നായി രുന്നു അമ്മയുടെ മറുപടി. അമ്മയുടെ സ്നേഹവാത്സല്യത്തിൽ കണ്ണു നിറഞ്ഞ മകൻ അമ്മയെ ഉപേക്ഷിക്കാതെ തിരിച്ചു വരുന്നതാണ് കഥ. വെറുമൊരു നാടോടിക്കഥയായി കേട്ടു തള്ളേണ്ട ഒന്നല്ല ഇത്. ഏതൊരു അമ്മയുടേയും മനസ്സിൽ മക്കൾക്കായി കൂട്ടുകൂട്ടിയിരിക്കുന്ന മാതൃസ്നേഹത്തിന്റെ സമർപ്പണ ചിത്രമാണിത്.

മക്കൾക്കു മേൽ മാതൃത്വം സ്നേഹത്തിന്റെ കുത്തൊഴുക്കായി മാറുന്നത് എവിടെ നിന്നാണ്. കണ്ടും, അറിഞ്ഞും, പരസ്പരം ഇടപ ഴകിയും സാധ്യമാകുന്ന ഒന്നല്ല ഇത്.നിരവധിയായ ഘട്ടങ്ങളിലൂടെ ഹൃദയത്തിൽ പതിഞ്ഞു പോകുന്ന സുന്ദരമായ അനുഭവത്തിന്റെ പേരാണ് മാതൃത്വം. കണ്ടുപഠിക്കുകയും കേട്ടു പരിശീലിക്കുകയും ചെയ്യാതെ മനസ്സിൽ കുത്തിനിറക്കപ്പെട്ട അതിവൈകാരികതയുടെ അദൃശ്യഭാവം.

മാതൃത്വത്തിന്റെ ഊഷ്മളത പ്രകടമാക്കപ്പെടുന്നത് ഗർഭകാല ത്താണ്. മാതാവ് എന്ന വൈകാരിക സ്പർശത്തിന്റെ മാന്ത്രിക അധ്യായം തുറക്കപ്പെടുന്നതും ഈ കാലഘട്ടത്തിലാണ്. ഗർഭധാരണ ത്തിലൂടെ സ്ത്രീയുടെ ശരീര ഘടനയിലും, മാനസികാവസ്ഥയിലുമുണ്ടാ കുന്ന മാറ്റങ്ങൾ ഓരോന്നും മാതൃസ്നേഹമായി രൂപാന്തരപ്പെടുന്നു.

ഗർഭാശയത്തിൽ കുഞ്ഞിന്റെ വളർച്ചാ ഘട്ടത്തിൽ നേരിടേണ്ടിവരുന്ന പ്രയാസങ്ങളോരോന്നും വാത്സല്യത്തിന്റെ നിറകുംഭങ്ങളെയാണ് മാതാവിന്റെ മനസ്സിൽ പ്രതിഷ്ഠിക്കുന്നത്. ഗർഭകാലത്തിന് വിരാമമിട്ട് കുഞ്ഞിന് പിറവി നൽകുന്ന പ്രസവം വേദനയുടെ തീക്ഷണതയുടേതാണ്. ദുരിതങ്ങൾ നിറഞ്ഞ ഗർഭകാലവും കഠിനവേദനയോടെയുള്ള പ്രസവവും മാതൃത്വത്തിന്റെ പട്ടാഭിഷേകം കൂടിയാണ്.

ഗർഭാശയത്തിൽ കുഞ്ഞിന്റെ പിറവിയുടെ ഘട്ടം മുതൽ പ്രസവം വരെയും, തുടർന്നുള്ള മുലകുടി കാലവും മനുഷ്യ ഇടപെടലുകൾക്കപ്പുറത്തെ അനിതരമായ സ്നേഹ ഉൽപാദനത്തിന്റേതാണ്. ദുരിതങ്ങൾ സ്നേഹമായും, വേദന വാത്സല്ല്യമായും രൂപാന്തരപ്പെടുന്ന പ്രക്രിയയാണിത്. രക്തവും നീരും ഒഴുകുന്ന ശരീരത്തിൽ നിന്നും ഇവ രണ്ടിന്റെയും സ്വഭാവമില്ലാത്ത മുലപ്പാൽ ചുരത്തപ്പെടുന്നതിലൂടെ മാതാവും കുഞ്ഞും തമ്മിലുള്ള ബന്ധത്തിന്റെ ഗാഢത രൂപപ്പെടുന്നു. അമ്മയുടെ നെഞ്ചിലെ ചൂടും മാറിൽ നിന്നൊഴുകുന്ന അമൃതും കുഞ്ഞിന്റെ വളർച്ചക്ക് വളക്കൂറാകുന്നതോടൊപ്പം മാതാവെന്ന വിശിഷ്ടതയെ മനസ്സിനകത്ത് പച്ചകുത്തുക കൂടി ചെയ്യുന്നു.

അമ്മക്കും കുഞ്ഞിനും പരസ്പരം ഉണ്ടാകേണ്ട അതിരുകളില്ലാത്ത ഹൃദ്യത കുറഞ്ഞുവരുന്നുണ്ടോയെന്ന് സംശയിക്കേണ്ടിയിരിക്കുന്നു. മാതാവിൽ നിന്ന് മാതൃത്വവും മക്കളിൽ നിന്ന് മാതൃസ്നേഹവും ചോർന്ന് പോകുന്നുണ്ട്. വളർച്ചയുടെ ഘട്ടം പൂർത്തിയാക്കി സ്വയം പര്യാപ്തതയിലേക്ക് എത്തുന്ന മനുഷ്യൻ മാതൃത്വത്തിന്റെ തണൽ അറിയാതെ പോകുകയാണ്. സ്വന്തമായി കരയാൻ മാത്രം ശേഷിയുണ്ടായിരുന്നിടത്തു നിന്ന് ലോകത്തെ മുഴുവൻ കാൽകീഴിലാക്കുന്നതിലേക്കുള്ള വളർച്ചയിൽ അമ്മയെന്ന സ്നേഹ വഴിയെ കാണാതെ പോകുന്നു. മാതാവിന്റെ കാൽ ചുവട്ടിലാണ് സ്വർഗ്ഗമെന്ന വിശേഷണത്തിന് സ്ത്രീയെ പര്യാപ്തമാക്കിയത് മാതൃത്വമെന്ന സവിശേഷതയായിരുന്നു.

ഗർഭകാലവും പ്രസവവും മുലയൂട്ടലുമാണ് സ്ത്രീയെന്ന സൃഷ്ടിയെ മാതൃത്വമെന്ന അതുല്യതയിലേക്കുയർത്തുന്നത്.

മാതൃസ്നേഹമെന്നത് കാലാധീതമായി നിലനിൽക്കപ്പെടേണ്ടതും, മാതൃത്വം ആദരവോടെ അംഗീകരിക്കപ്പെടേണ്ടതുമാണ്. കാലത്തിന്റെ കുത്തൊഴുക്ക് ഇവയെ പ്രകടനപരതയിലേക്ക് എത്തിച്ചിട്ടുണ്ട്. ഗർഭകാലവും പ്രസവവും സുഖചികിത്സയായി വഴിമാറ്റപ്പെട്ടത് മാതൃത്വമെന്ന വിശിഷ്ടതക്ക് ഏറ്റക്കുറച്ചിലുണ്ടാക്കിയിട്ടുണ്ടാകാം. വടിവൊത്ത ശരീര സൗന്ദര്യം ഒലിച്ച് പോകുമെന്നതിനാൽ പ്രകൃതിദത്തമായ മുലപ്പാലിന്റെ സ്ഥാനത്ത് കൃത്രിമ ചേരുവകൾ അടങ്ങിയ പാൽ കുപ്പികൾ ഇടം പിടിച്ചു. മാതാവിന്റെ മാറിലെ ചൂടിന് പകരം ഹോം നഴ്സിന്റെ നെഞ്ചിലെ കൊട്ടും ചൂടേറ്റ് വളരേണ്ട ദുർഗതി കുഞ്ഞുങ്ങൾക്ക് വന്നുചേർന്നു. മക്കൾക്ക് ജന്മം നൽകുകയെന്നത് ബാധ്യതയായി മാറി. ഗർഭധാരണം മാത്രമാണ് ഉത്തരവാദിത്വമെന്ന നിലയിലേക്ക് സ്ത്രീകൾ തങ്ങളുടെ ചുമതലകൾ വെട്ടിക്കുറച്ചു.

കുഞ്ഞിന്റെ പിറവി യാന്ത്രിക ഏർപ്പാടായി കാണാൻ തുടങ്ങിയിടത്താണ് മാതൃത്വം ചോർന്നു പോകാനും, മാതൃ സ്നേഹം വറ്റിത്തീരാനും തുടങ്ങിയത്.

അമ്മയെന്ന വാക്കിന്റെ വിശാലതയെ തൊട്ടറിയാത്തവരായി പുതിയ തലമുറയിലെ മക്കൾ മാറുന്നത് ബാധ്യതകളെ സ്വീകരിക്കാനാകില്ലെന്ന നവലോക ക്രമത്തിലെ പുത്തൻ ധാരണകളിൽ നിന്നാണ്. ബന്ധങ്ങൾ അറുത്തുമാറ്റിയും ബാധ്യതകൾ ചവിട്ടിമെതിച്ചും സ്വന്തത്തിലേക്ക് ചുരുങ്ങുന്നവർ പെറ്റമ്മയെ പുറം കാലുകൊണ്ട് തട്ടിമാറ്റുന്നതിനെ തെറ്റ് പറയാനാകില്ല.

മാതാപിതാക്കൾക്ക് മക്കളോടും, മക്കൾക്ക് മാതാപിതാക്കളോടും ഉണ്ടാകേണ്ട ബാധ്യതകളേയും കടമകളേയും പറ്റി പുതിയ തലമുറ അജ്ഞരാണ്. സമയത്തെ പ്രത്യയ ശാസ്ത്രമായി സ്വീകരിച്ച് ഒഴിയാത്ത തിരക്കിനെ മാർഗ്ഗമായി കൂടെ കൂട്ടിയവർക്കുമുന്നിൽ അച്ഛൻ, അമ്മ, മക്കൾ ബന്ധം ജീവിത വഴിയിൽ നഷ്ടപ്പെടുന്ന മധുരമുള്ള വിഭവങ്ങളാണ്. അമ്മയുടെ നെഞ്ചിലെ ചൂടും, നിലക്കാത്ത താരാട്ടും കേട്ട് വളരേണ്ട പ്രായത്തിൽ പിഞ്ചോമനകളെ പ്ലേ സ്കൂളിന്റെ മതിൽ കെട്ടുകൾക്കകത്ത് ചങ്ങലക്കിടുന്ന രക്ഷിതാക്കൾ, പ്രായമാകുമ്പോൾ വളർത്തി വലുതാക്കിയ മക്കൾ തങ്ങളെ തിരിഞ്ഞു നോക്കുന്നില്ലെന്ന് വിലപിക്കുന്നതിൽ എന്തർത്ഥമാണുള്ളത്. നൽകുന്നതിന്റെ തോതും പരിശുദ്ധിയും അനുസരിച്ചായിരിക്കും തിരിച്ചു കിട്ടുകയെന്നത് പ്രകൃതി നിയമമാണ്.

മാതാവ് എന്ന വൈകാരികതയെ ജീവനുള്ള ആത്മീയ വശമായാണ് മതങ്ങൾ തുറന്നുവെക്കുന്നത്. മാതാവിനോട് മക്കൾക്കുണ്ടാകേണ്ട ഇഷ്ടം വിവരണങ്ങൾക്കപ്പുറത്താണെന്ന് മുഴുവൻ പ്രത്യയശാസ്ത്രങ്ങളും പഠിപ്പിക്കുന്നു.

നിർവ്വചനങ്ങൾക്കപ്പുറത്തെ വാത്സല്ല്യങ്ങളുടെ മഹാസാഗരമായി മാതൃത്വം നിലനിൽക്കേണ്ടത് പ്രകൃതിയുടെ ഘടനക്ക് അനിവാര്യമാണ്. അമ്മയുടെ മാറ് പിളർത്തി കരൾ പറിച്ചെടുത്ത് ലക്ഷ്യത്തിലേക്ക് കുതിക്കുന്ന മകനോട് ധൃതി പിടിച്ചുള്ള ഓട്ടത്തിനിടയിൽ കാലിൽ കല്ല് തറക്കുന്നത് ശ്രദ്ധിക്കണമെന്ന് വാത്സല്ല്യത്തോടെ മകന്റെ കയ്യിലമർന്ന കരൾ വിളിച്ച് പറയുന്നത് കേവലമൊരു കഥയല്ല. നൊന്തുപെറ്റ കുഞ്ഞിനെകുറിച്ച് മാതൃ ഹൃദയത്തിൽ മിടിപ്പായി നിൽക്കുന്ന സ്നേഹ, ലാളനകൾ സൃഷ്ടികർത്താവിന്റെ അതുല്യമായ കരുണ്യത്തിന്റെ ഭാഗമായുള്ളതാണ്. കോടികണക്കിന് ബീജകണത്തിലൊന്ന് അണ്ഡവുമായി സംയോജിച്ചുണ്ടാകുന്ന സിക്താണ്ഡം വിവിധ ഘട്ടങ്ങളിലൂടെ കടന്ന് അതിസങ്കീർണ്ണമായ സൃഷ്ടിയായി ഒമ്പത് മാസത്തിലേറെയുള്ള ഗർഭാശയ വാസത്തിനുശേഷം പുറത്തു വരുമ്പോൾ തിരിച്ചറിയേണ്ട നൊമ്പരത്തിന്റെ ഹൃദയമിടിപ്പുകളുണ്ട്. അതിനെ അറിയേണ്ട വിധം അറിയുന്നവർക്കുമാത്രമെ മാതൃസ്നേഹത്തിന്റെ തെളിനീരൊഴുക്കാനാകൂ.

●

# കലാപത്തെ തോൽപിച്ച മനുഷ്യർ

മൂന്ന് പകലുകൾ ഇരുട്ടിവെളുക്കുന്നതിനിടെയാണ് ഡൽഹിയിലെ തെരുവുകൾ ശ്മശാന സമാനമായത്. അവിടത്തുകാർ ഇന്നേവരെ കണ്ടിട്ടില്ലാത്ത ഭീകരതയാണ് അഴിഞ്ഞാടപ്പെട്ടത്. മനസ്സ് മരവിക്കുന്ന കാഴ്ച്ചകൾ മൂന്ന് രാപകലുകൾക്കിടയിൽ സംഭവിച്ചു. മനുഷ്യരെ തെരുവുപട്ടികളെ പോലെ തല്ലിക്കൊല്ലുന്നത് തത്സമയം ദൃശ്യവത്ക്കരിക്കപ്പെട്ടു. നിഷ്കളങ്ക കോലങ്ങളെ ആയുധധാരികൾ ഓടിച്ചിട്ട് മർദ്ധിക്കുന്നതിനും കൂട്ടം ചേർന്ന് കല്ലെറിയുന്നതിനും പകലുകൾ സാക്ഷി നിന്നു. വീടുകൾ തിരഞ്ഞുപിടിച്ച് ആക്രമിച്ചു. യാതൊരു ദാക്ഷിണ്യവുമില്ലാതെ കൊള്ളയടിച്ചു. വ്യാപാരശാലകൾ തീയിട്ടു. ഉപയോഗശൂന്യമാകും വിധം നശിപ്പിച്ചു. സ്ത്രീകളെ അപമാനിച്ചു. പള്ളികൾ അഗ്നിക്കിരയാക്കി. വേദഗ്രന്ഥം കീറിയെറിഞ്ഞു. ആക്രോശിച്ചും ഭീഷണി മുഴക്കിയും ഭീതി സൃഷ്ടിച്ചു. ഭരണകൂടവും പൊലീസും നോക്കിനിൽക്കെ അവരുടെ മൗനാനുവാദത്തിലായിരുന്നു അക്രമികളുടെ തേരോട്ടം.

വെറുപ്പ് വിതച്ച് വിദ്വേഷം കൊയ്യുക എന്നതിന്റെ ആവിഷ്കാരമാണ് ഡൽഹിയിലെ തെരുവുകളിൽ അക്രമികൾ പുറത്തെടുത്തത്. ഒരു വിഭാഗത്തെ തെരഞ്ഞുപിടിച്ചുള്ള വംശഹത്യ നീക്കമായിരുന്നു ഡൽഹിയിൽ നടന്നതെന്ന് നിസ്സംശയം പറയാൻ കാരണങ്ങൾ അനവധിയാണ്. ഉത്തരവാദപ്പെട്ട കേന്ദ്രങ്ങളിൽ നിന്ന് സമയം നിശ്ചയിച്ചുള്ള കലാപാഹ്വാനങ്ങൾ നടത്തുക. പുറത്തുനിന്നുള്ള അക്രമികൾ തെരുവുകളിൽ അഴിഞ്ഞാടുക. പൊലീസ് നോക്കുകുത്തിയായി നിൽക്കുക. ഭരണകൂടം ഒന്നുമറിയാത്ത പോലെ നിലകൊള്ളുക. മൂന്ന് ദിവസം കൊണ്ട് എല്ലാം ചെയ്തു തീർത്ത് കലാപാഹ്വാനം നടത്തിയവർ തന്നെ സമാധാന റാലി സംഘടിപ്പിക്കുക. ഒരു കലാപം സ്പോൺസേർഡാണെന്ന് ബോധ്യപ്പെടാൻ ഇതിൽപരം സാഹചര്യസ്ഥിതികൾ ആവശ്യമില്ല.

ഏതൊരു കലാപത്തേയും പോലെ മതത്തിന്റെ പേരിലുള്ള ചേരിതിരിവും വിഭാഗീയതയും തന്നെയാണ് ഡൽഹിയിലും അക്രമികൾ ലക്ഷ്യമിട്ടത്. ഭയം വിതച്ച് ഒരു ജനവിഭാഗത്തിന്റെയാകെ ആത്മവിശ്വാസത്തെ കെടുത്തിക്കളയാനായിരുന്നു അവർ ഉദ്ദേശിച്ചത്. ഒറ്റപ്പെടുത്തിയും അപരവത്ക്കരിച്ചും ഇരകളുടെ മനക്കരുത്തിനെ ചോർത്തിക്കളയാനായിരുന്നു അക്രമികൾ തീരുമാനിച്ചത്. കൊലപാതകങ്ങളെ അരുംകൊലകളാക്കി മാറ്റിയാണ് ഇരകളുടെ ജീവനെടുത്തത്. ഇവ വീഡിയോയിൽ ചിത്രീകരിച്ച് പുറം ലോകത്തെത്തിച്ചതിലൂടെ ഭീതി സൃഷ്ടിച്ച് ആക്രമിക്കപ്പെടുന്ന സമൂഹത്തിന്റെ ആത്മവിശ്വാസം ചോർത്തുകകയെന്ന മനശാസ്ത്ര ഇടപെടലാണ് അക്രമികൾ സ്വീകരിച്ചത്. ഇതൊരു ഫാസിസ്റ്റ് രീതി കൂടിയാണ്.

കലാപത്തിന് നേതൃത്വം നൽകിയത് സംഘപരിവാർ ആയതുകൊണ്ടു തന്നെ രാജ്യത്തിന്റെ മറ്റു പലയിടങ്ങളിലും നടപ്പാക്കിയ ഒറ്റപ്പെടുത്തലിന്റെയും ഭീതി സൃഷ്ടിക്കലിന്റെയും മറ്റൊരു പതിപ്പാണ് ഡൽഹിയിലും പുറത്തെടുത്തത്. എന്നാൽ ഡൽഹി ജനത സംഘപരിവാറിന്റെ മുഴുവൻ കുടിലതകളെയും പൊളിച്ചടക്കുന്ന ഇടപെടലാണ് കലാപ ഘട്ടങ്ങളിലും കലാപാനന്തരവും പ്രകടമാക്കിയത്. ചേർത്തുപിടിച്ചും പരസ്പരം ആശ്രയമായും സാഹോദര്യത്തിന്റെ നിറമുള്ള കാഴ്ച്ചകൾ അവർ കലാപഭൂമിയിൽ സൃഷ്ടിച്ചു. അക്രമികൾ പെട്രോൾ ബോംബെറിഞ്ഞ് തീയിട്ട ശിവ് വിഹാറിലെ മുസ്ലിം ഭവനത്തിൽ നിന്ന് സുഹൃത്തിന്റെ വൃദ്ധയായ മാതാവുൾപ്പെടെ ആറുപേരെ പൊള്ളലേൽക്കാതെ രക്ഷിച്ചത് ഹിന്ദു യുവാവായ പ്രേംകാന്ത് ബാഗേലായിരുന്നു. സാഹസികമായ രക്ഷാപ്രവർത്തനത്തിനിടെ 70 ശതമാനം പൊള്ളലേറ്റ പ്രേംകാന്ത് ജി ടി ബി ആശുപത്രിയിലെ ചികിത്സക്കിടെ കഴിഞ്ഞ ദിവസം മരണത്തിന് കീഴടങ്ങി. മതം നോക്കി കൊല്ലാൻ വന്നവർക്കു നേരെ മതം നോക്കാതെ പ്രതിരോധം തീർത്ത് രക്തസാക്ഷിത്വം വരിച്ച മനുഷ്യ സ്നേഹത്തിന്റെ പേരായിരുന്നു പ്രേംകാന്ത് ബാഗേൽ.

അക്രമികൾ തീയിട്ട അശോക് നഗറിലെ പള്ളിയിൽ നിന്ന് കീറിയെറിഞ്ഞ വിശുദ്ധ ഖുർആനിന്റെ ഏടുകൾ ശേഖരിക്കാൻ മുസ്ലിം യുവാക്കൾക്കൊപ്പം മുന്നിൽ നിന്നത് പ്രദേശത്തെ ഹിന്ദു യുവാക്കളായിരുന്നു. ഈ പള്ളിയിൽ വെള്ളിയാഴ്ച്ചയിലെ ജുമുഅ നമസ്ക്കാരത്തിന് സാധിക്കാതെ വന്നപ്പോൾ നമസ്ക്കാരത്തിനും പ്രാർത്ഥനക്കും സൗകര്യമൊരുക്കിയത് ഹിന്ദു സഹോദരങ്ങളായിരുന്നു. നമസ്ക്കാരം കഴിയുന്നതുവരെ അവർ കൈകൾ പരസ്പരം കോർത്തുപിടിച്ച് വലയം തീർത്തു. ചാന്ദ്നഗറിലെ രണ്ടാം നമ്പർ തെരുവിൽ ദുർഗ ക്ഷേത്രത്തിന് മുസ്ലിങ്ങളും, ഒന്നാം നമ്പർ തെരുവിലെ മുസ്ലിം പള്ളിക്ക് ഹിന്ദുക്കളും കാവൽ നിന്നു. മുഹമ്മദ് മൂസ ഖാനും, ക്ഷേത്ര പൂജാരി പണ്ഡിറ്റ് ഓംപ്രകാശുമാണ് കലാപകാരികൾ തെരുവിലേക്ക്

കടക്കാതിരിക്കാൻ പ്രതിരോധത്തിന് നേതൃത്വം നൽകിയത്.

കലാപത്തിന് ഇരകളായ മുസ്ലിം, ഹിന്ദു വിഭാഗങ്ങൾക്കായി സിക്ക് ഗുരുദ്വാരകളുടെ വാതിൽ തുറന്നിട്ടു. വടക്കൻ ഡൽഹിയിലെ മജ്നു കടിലയിലും ഗുരുദ്വാരകൾ അഭയകേന്ദ്രങ്ങളായി. കലാപം കൊടുമ്പിരി കൊണ്ടപ്പോൾ മൊഹീന്ദർ സിങ്ങും മകൻ ഇന്ദർജിത് സിങ്ങും തങ്ങളുടെ സ്കൂട്ടറിലും ബുള്ളറ്റിലുമായി കലാപബാധിതരെ സുരക്ഷിത കേന്ദ്രങ്ങളിലെത്തിക്കാൻ 20 തവണയാണ് ഓടിയത്. ഗോകുൽപുരിയിൽ നിന്ന് ഒരു കിലോമീറ്റർ അകലെയുള്ള മുസ്ലിം ഭൂരിപക്ഷ പ്രദേശമായ കർദംപൂരിലേക്ക് എൺപതോളം മുസ്ലിം കുടുംബങ്ങളെയാണ് ഇവർ എത്തിച്ചത്. ശീലംപൂരിൽ അക്രമികൾ മുസ്ലിംഭൂരിപക്ഷ പ്രദേശത്തേക്ക് കടക്കാതിരിക്കാൻ പ്രദേശത്തെ റോഡുകളിൽ ദളിത് വിഭാഗത്തിൽപെട്ട പ്രദേശവാസികളാണ് കാവൽ നിന്നത്. രമേഷ് പാർക്ക് പ്രദേശത്ത് ഹിന്ദു, സിക്ക് വിഭാഗത്തിൽ പെട്ടവർ സംയുക്തമായാണ് മുസ്ലിംകൾക്ക് സുരക്ഷയൊരുക്കിയത്. ലളിത പാർക്കിനടുത്ത് സിക്കുകാരും ഹിന്ദു സമുദായക്കാരും മുസ്ലിംകളുടെ വീടുകൾ സന്ദർശിച്ച് സുരക്ഷയും സമാധാനവും ഉറപ്പു നൽകി.

പരിസരവാസികളായ ഹിന്ദു സഹോദരൻമാരാണ് തന്നെയും കുടുംബത്തെയും അക്രമികളിൽ നിന്നു രക്ഷിച്ചതെന്നാണ് പരിസ്ഥിതി പ്രവർത്തകനായ ജുനൈദ് അഹമ്മദ് പറഞ്ഞത്. യമുന വിഹാറിൽ ബിജെപി കൗൺസിലർ തന്നെ മുസ്ലിംകളുടെ രക്ഷയ്ക്കെത്തി. മൗജ്പൂരിലെ ബജ്റംഗ്ബലി മൊഹല്ലയിൽ പ്രദേശവാസികൾ മുസ്ലിം സഹോദരങ്ങൾക്ക് ഹനുമാൻ ക്ഷേത്രത്തിലാണ് അഭയം നൽകിയത്.

അയൽപക്കത്തെ ഹിന്ദു സഹോദരങ്ങൾ ഉണ്ടായിരുന്നത് കൊണ്ടുമാത്രമാണ് തൻറെ ഉടലിൽ ഇപ്പോഴും ജീവൻ ബാക്കിയുള്ളതെന്നാണ് ശിവ് വിഹാറിൽ താമസിക്കുന്ന അസ്മ പറഞ്ഞത്. അക്രമികളുടെ വരവ് കണ്ട് അസ്മ ഉൾപ്പടെയുള്ളവരെ സമീപത്തുള്ള ഹിന്ദു കുടുംബം അവരുടെ വീട്ടിൽ ഒളിപ്പിക്കുകയായിരുന്നു. പ്രേംനഗർ കോളനിയിൽ മൂന്ന് മുസ്ലിം കുടുംബങ്ങൾ മാത്രമാണുള്ളത്. മൂന്ന് വീടുകളും അക്രമികൾ അഗ്നിക്കിരയാക്കി. അക്രമികളെ കണ്ട് ഓടിയ ഇവരെ ഹിന്ദു കുടംബങ്ങൾ ഒളിപ്പിച്ചതോടെയാണ് ജീവൻ തിരിച്ചുകിട്ടിയത്.

കലാപത്തെ തോൽപ്പിച്ച കുറെ മനുഷ്യർ ഈ രാജ്യത്തിന് നൽകുന്ന ആത്മവിശ്വാസം ചെറുതല്ല. മതം മനുഷ്യരെ അകറ്റാനുള്ള വഴിയായാണ് കലാപകാരികൾ സ്വീകരിച്ചത്. എന്നാൽ മതം ഈ നാടിന് ചേർന്നിരിക്കാനുള്ള പൊതു ഇടമാണ്. എല്ലാ മതങ്ങളേയും ഉൾകൊണ്ടും സ്വീകരിച്ചുമുള്ള മതേതരത്വം ഇന്ത്യയുടെ മുഖമായി

മാറുന്നത് അതുകൊണ്ടാണ്. ഇലകൾ പരസ്പരം തൊടാതിരിക്കാൻ അകറ്റി നട്ട മരങ്ങളുടെ വേരുകൾ മണ്ണിനടിയിൽ കെട്ടിപ്പുണരുന്ന പോലെ ഇവിടത്തെ മനുഷ്യർ അകറ്റാൻ ശ്രമിക്കുന്തോറും ഇഴകിച്ചേർന്നു കൊണ്ടേയിരിക്കും. ഇവിടത്തെ മണ്ണിൽ അലിഞ്ഞു ചേർന്ന സാഹോദര്യത്തിന്റെ സൗകുമാര്യത്തിൽ നിന്നാണത്. കലാപം തീർത്ത അന്ധകാരത്തിനിടയിലും ഇത്തിരി വെട്ടായി തിളങ്ങി നിന്ന കുറച്ച് മനുഷ്യർ ഈ രാജ്യത്തിന് പ്രതീക്ഷയുടെ പൊൻതിളക്കമാണ് നൽകുന്നത്. ഭിന്നിപ്പിന്റെയും വിഭാഗീയതയുടേയും ശക്തികൾ ഈ രാജ്യത്തിന് മുന്നിൽ തോറ്റു പോകുന്നത് ഇത്തരം മനുഷ്യർ പ്രകടമാക്കുന്ന മാനവികതയുടെ കരുത്തിലാണ്.

●

# നിങ്ങളുടെ കണ്ണുകളിലൂടെ ഞാനൊന്ന് കാണട്ടെ...

ഗർഭപാത്രത്തിന്റെ വലിപ്പം എത്രയാണെന്നറിയുമൊ... ?

വെറും 7.5 സെന്റീ മീറ്ററാണ് നീളം. 5 സെന്റീ മീറ്റർ വീതി. 2.5 സെന്റീ മീറ്റർ കട്ടി. ചുരുക്കി പറഞ്ഞാൽ വളരെ ചെറിയ ഒന്ന്. ഇവിടെയാണ് രണ്ടര കിലോഗ്രാം മുതൽ മൂന്നര കിലോഗ്രാം വരെയുള്ള ഒരു മനുഷ്യക്കുഞ്ഞ് ഗർഭകാലത്ത് കഴിഞ്ഞുകൂട്ടുന്നത്. ആ കുഞ്ഞിന്റെ വളർച്ചക്കനുസരിച്ച് ഗർഭപാത്രം സ്വയം വികസിക്കുന്നു.

ഏതൊരു വേദനയേക്കാൾ അതികഠിനമാണ് പ്രസവവേദന. മുഴുവൻ അസ്ഥികകളും ആ വേദനയറിയും. ശരീരത്തിന്റെ എല്ലാ അംശങ്ങളും ആ വേദനയുടെ ഭാഗമാകും. അത്രമേൽ അസഹ്യമാണ് പ്രസവമെന്നറിഞ്ഞിട്ടും ഒരു സ്ത്രീയും മനുഷ്യക്കുഞ്ഞിന് ജന്മം നൽകാതിരിക്കുന്നില്ല. വീണ്ടും പ്രസവിക്കുന്നത് ആദ്യ പ്രസവത്തിലെ വേദനയുടെ കാഠിന്യം ഓർമ്മയിൽ നിലനിറുത്തിയാണ്.

ഔദാര്യത്തിന്റെ സൃഷ്ടിപ്പാണ് മനുഷ്യൻ. മറ്റുള്ളവരുടെ സഹനമാണ് മനുഷ്യനെ രൂപപ്പെടുത്തുന്നത്. സ്വയം വികാസമെന്ന വിശാലത ഗർഭപാത്രം പ്രകടമാക്കുന്നു. ഗർഭകാലവും പ്രസവവും തുല്ല്യതയില്ലാത്ത സഹനത്തിന്റേതാണ്. വിശാലതയും സഹനവും ചേരുമ്പോൾ രൂപപ്പെടുന്ന മനുഷ്യന് മറ്റുള്ളവർക്കു മുന്നിൽ ഈ രണ്ട് ഗുണങ്ങളോടെ മാത്രമെ നിൽക്കാനാകൂ. ജനിതകമായി മനുഷ്യനിൽ കുടിയിരുത്തപ്പെട്ടവയാണിവ. എന്തുകൊണ്ട് നമ്മൾ മറ്റുള്ളവർക്ക് വേണ്ടിയാകുന്നു എന്നതിന്റെ ഉത്തരം കൂടിയാണിത്.

നമ്മൾ മറ്റുള്ളവരിൽ നിന്നാഗ്രഹിക്കുന്ന ചിലതുണ്ട്. അതുപോലെ മറ്റുള്ളവരെ പരിഗണിക്കാൻ നമുക്കാകാറുണ്ടൊ. ഇല്ല എന്നതായിരിക്കും വസ്തുത. നമ്മൾ നമ്മുടെ കണ്ണ് കൊണ്ടാണ് നമ്മളെ കാണാറുള്ളത്. അതേ കണ്ണുകൊണ്ട് മറ്റുള്ളവരെ കാണാൻ ശ്രമിക്കുമ്പോൾ

അവരെ അറിയാൻ നമുക്കാകാറില്ല. നമ്മളിൽ കണ്ടത് അവരിൽ കാണാതെയാകുമ്പോൾ അവർ സംതൃപ്തരല്ലാത്തവരായി മാറുന്നു. അവരുടെ കണ്ണുകൾ കൊണ്ട് അവരെ നോക്കാൻ ശ്രമിച്ചാൽ അവരിലെ പരിമിതികളൊക്കെയും മികവുകളായി മാറും. എന്താണ് അവരിലെ പരിമിതിക്ക് കാരണമെന്നറിയണമെങ്കിൽ അവരുടെ കണ്ണുകൾകൊണ്ട് തന്നെ അവരെ കാണാൻ ശ്രമിക്കണം.

നമ്മൾ സ്വയം സൃഷ്ടിച്ചെടുത്ത പരിസരത്തേക്ക് മറ്റുള്ളവരെ കൂട്ടികൊണ്ടുവരാൻ ആഗ്രഹിക്കുന്നവരാണ് ഏറെയും. നമ്മളിലെ വ്യക്തിത്വത്തെ നമ്മൾ സ്വയം അംഗീകരിക്കുന്നു. എന്നാൽ മറ്റുള്ള വരുടേതിനെ നിരാകരിക്കുന്നു. നമ്മളെ മറ്റുള്ളവരിൽ അടിച്ചേൽ പ്പിക്കുന്നതാണിത്. ഗർഭപാത്രം വികസിക്കേണ്ടതില്ലെന്ന് സ്വയം തീരുമാനിച്ചിരുന്നെങ്കിൽ, ഇനിയും പ്രസവവേദന അനുഭവിക്കാൻ തയ്യാറല്ലെന്ന് പെണ്ണ് ശഠിച്ചിരുന്നെങ്കിൽ കുറ്റിയറ്റ് പോകുന്നതായി രുന്നു മനുഷ്യൻ. സ്വന്തത്തിനപ്പുറത്തെ സന്നദ്ധത ഓരോ മനുഷ്യന്റെ സൃഷ്ടിപ്പിലുമുണ്ട്. വിയോജിപ്പുകളോടെ ചേർത്തു പിടിക്കുമ്പോഴാണ് മനുഷ്യൻ തന്റെ വ്യക്തിത്വ വികസനത്തെ പ്രകടമാക്കുക. മറ്റുള്ള വരോട് നമ്മൾ എങ്ങനെയാണ് പെരുമാറേണ്ടത് എന്ന ചോദ്യ ത്തിന് മുഹമ്മദ് നബി നൽകുന്ന മറുപടി ഇങ്ങനെയാണ്. മറ്റുള്ളവർ നമ്മളോട് എങ്ങനെ പെരുമാറണമെന്ന് നമ്മൾ ആഗ്രഹിക്കുന്നുവൊ അതുപോലെ അവരോട് പെരുമാറുക എന്നാണ്.

മനുഷ്യൻ മനുഷ്യനോട് ചേരുമ്പോഴാണ് ഈ സൃഷ്ടി വൈഭവം അതിശയകരമാകുന്നത്. സ്നേഹംകൊണ്ട് അത്ഭുതപ്പെടുത്താനാ കുന്നത് മനുഷ്യനു മാത്രമാണ്. ഞാനെന്നതിൽ നിന്ന് നമ്മളെന്ന തിലേക്കുള്ള വികാസത്തിൽ സാധ്യമാകുന്നതാണ് മനുഷ്യനെന്ന വിസ്മയം. പുഞ്ചിരി കൊണ്ട് ചേർത്തുവെക്കാനാകുന്ന ആകാരത്തിന്റെ പേരാണ് മനുഷ്യൻ. മറ്റൊരാളെ നോക്കി പുഞ്ചിരിക്കാനാകണമെ ങ്കിൽ ഞാനെന്ന തുരുത്തിൽ നിന്ന് ഓരോരുത്തർക്കും പുറത്തു ചാടാനാകണം. കൂടുമ്പോൾ ഇമ്പമുണ്ടാക്കുന്നതാണ് മനുഷ്യൻ. ഒപ്പം കൂടണമെങ്കിൽ ഓരോരുത്തരേയും അറിഞ്ഞു ചേരാനാകണം. അതിന് അവരുടെ കണ്ണുകൾ കൊണ്ട് അവരെ നോക്കി തുടങ്ങണം.

●

# മനുഷ്യന്റെ നിറമെന്ത്...?

"എനിക്ക് ശ്വാസം മുട്ടുന്നു. എന്റെ കഴുത്ത് വേദനിക്കുന്നു. വയറ് വേദനിക്കുന്നു. എന്നെ വിടൂ... പ്ലീസ്... പ്ലീസ്... പ്ലീസ്... എനിക്ക് ശ്വാസം മുട്ടുന്നു..." ഇത് ജോർജ് ഫ്ലോയിഡ് എന്ന 46 -കാരനായ ആഫ്രിക്കൻ അമേരിക്കൻ പൗരൻ, തന്റെ കഴുത്തിൽ കാൽമുട്ടുകൊണ്ട് അമർത്തിപ്പിടിച്ച ഡെറിക് ചൗവിൻ എന്ന മിനിയാപോളിസ് പൊലീസ് ഓഫീസറോട് നടത്തിയ അപേക്ഷയായിരുന്നു. അത് അയാളുടെ അവസാനത്തെ വാക്കുകളായിരുന്നു.

ഇത്രമേൽ ക്രൂരമായി ഒരു മനുഷ്യനെ കൊന്നുകളയാൻ പ്രേരിപ്പിച്ച വികാരമെന്തായിരിക്കും. സംശയമില്ലാതെ പറയാം. ജോർജ് ഫ്ലോയിഡിന്റെ നിറമായിരുന്നു പ്രശ്നം. കറുപ്പായിരുന്നു പ്രശ്നം. തീവ്ര വംശീയതയും, ഉഗ്ര ദേശീയതയും മനുഷ്യനെ എത്രമേൽ പൈശാചികമാക്കുമെന്നതിന്റെ അനവധി ഉദാഹരണങ്ങളിൽ ഒന്നാണ് ജോർജ് ഫ്ലോയിഡിന്റെ അരുംകൊല. അമേരിക്ക പ്രകടമാക്കുന്ന തീവ്രവംശീയത കറുത്ത വർഗ്ഗക്കാരനിൽ നിന്ന് കവർന്നെടുക്കുന്നത് ജീവിക്കാനുള്ള അവകാശമാണ്. ഏത് സമയത്തും കൊല്ലപ്പെടാൻ സാധ്യതയുള്ള വിഭാഗമായാണ് അമേരിക്കയിലെ കറുത്ത വർഗ്ഗക്കാരെ എണ്ണുന്നത്. ഓരോ നിമിഷത്തിലും കറുത്ത വർഗ്ഗക്കാരനായ ആയിരത്തിലൊരാൾ കൊല്ലപ്പെടാനുള്ള സാധ്യതയാണ് അമേരിക്കയിലെ പ്രമുഖ സർവ്വകലാശാലകളിൽ നിന്നുള്ള പഠനങ്ങൾ വെളിപ്പെടുത്തുന്നത്.

കറുത്തവനോട് ക്രൂരത കാണിക്കുന്നതിൽ ആവേശം പ്രകടിപ്പിക്കുന്നു എന്നതാണ് അതിശയപ്പെടുത്തുന്ന കാര്യം. ജോർജ് ഫ്ലോയ്ഡിന് ശരിക്കും ശ്വസിക്കാൻ പറ്റുന്നില്ല എന്നുള്ള കാര്യം അവിടെ കൂടിനിന്നവരിൽ ചിലർ പൊലീസ് ഓഫീസർ ചൗവിനോട് പറഞ്ഞപ്പോൾ അയാൾ പ്രതികരിച്ചത് ഇങ്ങനെ,"ശ്വാസം മുട്ടുന്നുണ്ടെന്ന് പറയാൻ പറ്റുന്നുണ്ടെങ്കിൽ അയാൾക്ക് ശ്വസിക്കാനും പറ്റുന്നുണ്ട്."

കാൽമുട്ടിനിടയിൽ പിടയുന്ന ജീവൻ മനുഷ്യന്റേതാണെന്ന പരിഗണന നൽകാൻ വെളുത്ത നിറമുള്ള പൊലീസുകാരന് തോന്നിയില്ല. സാധനങ്ങൾ വാങ്ങിക്കാൻ കള്ളനോട്ട് ഉപയോഗിച്ചു എന്നതാണ് ജോർജ്ജ് ഫ്ലോയിഡ് പിടിക്കപ്പെടാൻ കാരണമായി പൊലീസ് വിശദീകരിച്ചത്. പൊലീസ് നടപടിക്കിടെ സാധാരണ മരണം സംഭവിച്ചുവെന്നാണ് അവർ എഴുതിവെച്ചത്. ഫ്ലോയിഡിന്റെ ദാരുണ മരണം അവിടെയുണ്ടായിരുന്ന കാഴ്ച്ചക്കാരി മൊബൈൽ ക്യാമറയിൽ പകർത്തി ലോകത്തിനു മുന്നിൽ പങ്കുവെച്ചില്ലായിരുന്നെങ്കിൽ വെളുപ്പിന്റെ വംശവെറിയിൽ ആളറിയാതെ നിലച്ചുപോയ ശ്വാസങ്ങളിൽ ഒന്നാകുമായിരുന്നു അത്.

വംശവെറിയുടെ ഭീകരതയെ പുതിയ ലോകക്രമത്തിൽ അവതരിപ്പിക്കുന്നത് വൈറ്റ് നാഷണലിസത്തിന്റെ മേമ്പൊടിയിലാണ്. ലോകത്തിന്റെ വിവിധയിടങ്ങളിലെ വെളുത്തവർഗക്കാർ ഒരു വംശമാണെന്നും 'ശ്രേഷ്ഠ മനുഷ്യഗണത്തിൽ പെട്ട' ഇവരെയെല്ലാം ചേർത്ത് ഒരു വെളുപ്പൻ ദേശീയതയും ഏകീകൃത സ്വത്വവും വികസിപ്പിച്ചെടുക്കാമെന്നതുമാണ് വെളുപ്പൻ ദേശീയത. വൈറ്റ് നാഷണലിസ്റ്റുകൾ എന്ന ചെറുതല്ലാത്ത വിഭാഗം ലോകത്തിന്റെ വിവിധ ഇടങ്ങളിലുണ്ട്.

വെളുത്തവരുടെ അതിജീവനവും ആധിപത്യവും ഉറപ്പുവരുത്തുക, വെളുത്തവർഗക്കാർ തങ്ങളുടെ രാജ്യങ്ങളിൽ ഭൂരിപക്ഷം, വംശശുദ്ധി, സാംസ്കാരിക യാഥാസ്ഥിതികത്വം, അധികാരം, സാമ്പത്തിക മേൽക്കൈ എന്നിവ നിലനിർത്തുക. ഭിന്നവംശത്തിൽ പെട്ടവർ തമ്മിലുള്ള സങ്കരം, സാംസ്കാരിക വൈവിധ്യം, വെളുത്തവരല്ലാത്തവരുടെ കുടിയേറ്റം എന്നിവ തടയുക തുടങ്ങിയവയാണ് വൈറ്റ് നാഷണലിസ്റ്റുകളുടെ ലക്ഷ്യം. വെളുത്തവർഗക്കാരുടെ ജനനനിരക്ക് കുറയുകയാണെന്ന് ഇവർ ആരോപിക്കുന്നുണ്ട്. വെളുത്തവരെ വംശഹത്യ ചെയ്യാൻ ആഗോളതലത്തിൽ ഒരു ഗൂഢപദ്ധതി നടപ്പിലാകുന്നുണ്ടെന്നും ഇവർ പ്രചരിപ്പിക്കുന്നു.

മനുഷ്യർക്കിടയിൽ വെറുപ്പിന്റെ രാഷ്ട്രീയത്തെ സ്ഥാപിക്കാനാണ് ഇവർ ശ്രമിക്കുന്നത്. കൊളോണിയൽ രീതികളിൽ നിന്ന് വിത്യസ്തമായി വംശഹത്യയുടെ പ്രത്യയശാസ്ത്രത്തെയാണ് ഇവർ അവതരിപ്പിക്കാൻ ശ്രമിക്കുന്നത്. വെളുത്തവരല്ലാത്തവരെ ഒക്കെയും ഉന്മൂലനത്തിന്റെ പട്ടികയിൽ ഉൾപ്പെടുത്തുന്നു. ഇവർക്കു മേൽ സംശയത്തിന്റെ പുകമറവെച്ചു കെട്ടുന്നു.അതിക്രമത്തിന്റെയും പിടിച്ചടക്കലിന്റെയും പ്രതിരൂപങ്ങളായി വെള്ളക്കാരല്ലാത്തവരെയൊക്കെയും അവതരിപ്പിക്കുന്നു. കുടിയേറ്റക്കാരേയും അഭയാർത്ഥികളേയും ഭീതിയുടെ പരിസരത്തു നിറുത്തി ചുറ്റുപാടുകളിൽ നിന്ന് ആട്ടിയോടിക്കേണ്ടവരാണ് ഇവരെന്ന തീവ്രവിചാരത്തെ സാധാരണ ബുദ്ധിയിലേക്ക് കുത്തിക്കയറ്റാനാണ് ഇവർ ശ്രമിക്കുന്നത്.

വെളുപ്പാണ് മനുഷ്യന്റെ നിറമെന്ന് സ്ഥാപിക്കാനുള്ള ശ്രമത്തിന് മനുഷ്യചരിത്രത്തോളം പഴക്കമുണ്ട്. കറുപ്പിനെ നികൃഷ്ടമായി കാണക്കാക്കപ്പെട്ടു. മനുഷ്യൻ അടിമയായി മാറുന്നത് നിറത്തിൽ നിന്നാണ്. കറുപ്പ് അടിച്ചമർത്തലിന്റേതായി ചിത്രീകരിക്കപ്പെട്ടു. നിറത്തിന്റെ പേരിലുള്ള വേർതിരിവിനെ ചോദ്യം ചെയ്തത് പതിനാല് നൂറ്റാണ്ട് മുൻപാണ്. ചരിത്രം ബിലാൽ എന്ന മനുഷ്യനെ കുറിച്ച് പറയുന്നുണ്ട്. കറുത്തിരുണ്ട ഒരു മനുഷ്യൻ. പ്രവാചകൻ മുഹമ്മദ് നബിയുടെ കാലത്ത് ജീവിച്ച അടിമയായ നീഗ്രോ വംശജൻ. പ്രവാചകന്റെ നിർദ്ദേശപ്രകാരം അടിമചന്തയിൽ നിന്ന് ബിലാലിനെ വില കൊടുത്ത് വാങ്ങുന്നു. പ്രവാചകൻ ബിലാലിനെ ചേർത്തു പിടിക്കുന്നു. പത്ത് വർഷത്തെ ഇടവേളക്കുശേഷം പ്രവാചകൻ മക്കയിലേക്ക് തിരിച്ചെത്തുന്ന സന്ദർഭമുണ്ട്. മക്കയിൽ നിന്ന് ആട്ടിയോടിക്കപ്പെട്ട പ്രവാചകൻ സകല അധികാരങ്ങളോടും കൂടി ജനിച്ച മണ്ണിൽ തിരിച്ചെത്തുന്ന ഘട്ടമാണത്. മക്ക പ്രവാചകന്റെ അധീനതയിലായ സന്ദർഭം. വിശുദ്ധ കഅബാലയത്തിന് മുകളിൽ കയറി ബാങ്ക് വിളിക്കാൻ നിർദ്ദേശിക്കപ്പെടുന്നു. ആർക്കാണ് ആ ഭാഗ്യമെന്നറിയാൻ പ്രവാചകന്റെ അനുചരന്മാർ കാത് കൂർപ്പിക്കുന്നു. മക്കയിലെ വിശിഷ്ടമായ കുടുംബ മഹിമയുള്ളവർ, പ്രവാചക അനുചരന്മാരിൽ പ്രമുഖർ എന്നിവരൊക്കെയും അണിനിരന്നു നിൽക്കുന്നുണ്ട്. ഇവരിൽ ആരിലേക്കുമല്ല പ്രവാചകന്റെ കണ്ണ് പതിഞ്ഞത്. ബിലാലിനായിരുന്നു ആ നിയോഗം. കറുപ്പ് എന്ന വിവേചനത്തിന്റെ അടയാളത്തെ പ്രവാചകൻ അറുത്തെറിയുകയായിരുന്നു. വെളുത്തവന് കറുത്തവനേക്കാൾ യാതൊരു ശ്രേഷ്ഠതയുമില്ലെന്ന് പറഞ്ഞുവെച്ചു. മനുഷ്യൻ ശ്രേഷ്ഠനാകുന്നത് ദൈവ സാമീപ്യം കൊണ്ടു മാത്രമാണെന്ന് പഠിപ്പിക്കപ്പെട്ടു. മനുഷ്യന്റെ ഔന്നിത്യത്തിന് മറ്റൊന്നും മാനദണ്ഡമല്ലെന്ന് എണ്ണിപ്പറഞ്ഞു.

വർണ്ണവിവേചനത്തിനെതിരെ ലോകത്ത് തുടർച്ചയായ സമര കലഹങ്ങളുണ്ടായി. നിറത്തിന്റെ പേരിലുള്ള വേർതിരിവ് അപരിഷ്കൃതമാണെന്ന് അംഗീകരിക്കുമ്പോൾ തന്നെ കറുപ്പിനെ കണ്ണിനപ്പുറത്ത് നിറുത്തേണ്ട ഒന്നായി തുടർന്നു. വെളുപ്പ് ആധിപത്യത്തിന്റെ നിറമായും നിലനിന്നു.

57 വർഷങ്ങൾക്കു മുമ്പ് വാഷിംഗ്ടൺ ഡിസിയിൽ രണ്ടരലക്ഷം മനുഷ്യരെ സാക്ഷിനിർത്തി "എനിക്കൊരു സ്വപ്നമുണ്ട്" എന്നു പ്രസംഗിച്ച മാർട്ടിൻ ലൂഥർ കിങ്ങിന്റെ ശബ്ദം വീണ്ടും മുഴങ്ങട്ടെ. "എനിക്കൊരു സ്വപ്നമുണ്ട്, എല്ലാ മനുഷ്യരും തുല്യരായി സൃഷ്ടിക്കപ്പെട്ടിരിക്കുന്നു എന്ന സത്യത്തിന്റെ ദൃഷ്ടാന്തമായി എന്റെ നാടും ഒരുനാൾ ഉദ്ഘോഷിക്കപ്പെടുമെന്ന്, ജോർജിയയിലെ ചുവന്ന കുന്നിൻപുറങ്ങളിൽ പഴയ അടിമകളുടെ മക്കളും അവരുടെ ഉടമകളുടെ മക്കളും സാഹോദര്യത്തിന്റെ മേശയ്ക്കു ചുറ്റും ഒരുമിച്ചിരിക്കുമെന്ന്.

എനിക്കൊരു സ്വപ്നമുണ്ട്, അനീതിയുടെയും അടിച്ചമർത്തലിന്റെയും കൊടുംചൂടിൽ വരണ്ടുകിടക്കുന്ന മിസിസിപ്പി നീതിയുടെയും സ്വാതന്ത്ര്യത്തിന്റെയും കടുംപച്ചയായി മാറുമെന്ന്. എനിക്കൊരു സ്വപ്നമുണ്ട്, എന്റെ നാലുമക്കൾ അവരുടെ തൊലിയുടെ നിറംനോക്കിയല്ല, സ്വഭാവത്തിന്റെ വൈശിഷ്ട്യം നോക്കി വിധിക്കപ്പെടുന്ന ഈ രാജ്യത്തു ഒരുനാൾ ജീവിക്കുമെന്ന്. താഴ്വാരങ്ങളെല്ലാം ഔന്നത്യത്തിലേക്കു ഉയർത്തപ്പെടുമെന്നും എല്ലാം പർവ്വതങ്ങളും തലകുനിക്കുമെന്നും എനിക്കൊരു സ്വപ്നമുണ്ട്.."

# ജനം എല്ലാം കാണുന്നുണ്ട്

എന്തെങ്കിലുമൊക്കെ കാട്ടിക്കൂട്ടി പൊതുജനത്തിന്റെ കണ്ണിൽ പൊടിയിട്ട് കാലം കഴിക്കാമെന്ന വ്യാമോഹമൊന്നും രാഷ്ട്രീയത്തിൽ ഇനി നടക്കില്ല. ജനം എല്ലാം കാണുന്നുണ്ട്. കേൾക്കുന്നുണ്ട്. അറിയുന്നുണ്ട്. അതുകൊണ്ടുതന്നെ നന്നായി വിലയിരുത്തുന്നുമുണ്ട്. പൊതുജനം കഴുതകളാണെന്ന പഴയ വിചാരങ്ങളൊന്നും ഇനി മുന്നോട്ടു കൊണ്ടുപോകാനാകില്ലെന്ന് ചുരുക്കം. മറവിയുടെ ദാക്ഷിണ്യവും ഇനിയങ്ങോട്ട് ലഭിക്കില്ല. വാചക കസർത്തുകൊണ്ടും കാര്യമുണ്ടാകില്ല. കാര്യങ്ങൾ അറിയുന്നവരും വിശകലനം ചെയ്യുന്നവരുമായി വോട്ടുള്ളവരൊക്കെ മാറിയിട്ടുണ്ടെന്ന തിരിച്ചറിവിലേക്ക് പൊതുപ്രവർത്തകർ മാറേണ്ടതുണ്ട്. രാഷ്ട്രീയ ഗിമ്മിക്കുകൾ കൊണ്ടൊന്നും അതികം മുന്നോട്ടു പോകാനാകില്ല. സമൂഹമാധ്യമ കാലത്ത് രാഷ്ട്രീയത്തിന്റെ പരമ്പരാഗത സമവാക്യങ്ങളൊക്കെ പൊളിച്ചടക്കപ്പെട്ടിട്ടുണ്ട്.

ബഡായി വർത്തമാനങ്ങൾ പറയുന്നവർക്ക് പാർലിമെന്ററി രാഷ്ട്രീയത്തിൽ ഇനി വലിയ റോളുണ്ടാകാൻ ഇടയില്ല. നന്നായി പണിയെടുക്കുന്നവരുടേതും, അതിലുപരി നാടിനെ കുറിച്ച് ഒന്നാന്തരം കാഴ്ച്ചപ്പാടുള്ളവരുടേതുമാണ് പുതിയ രാഷ്ട്രീയം. ആരാണ് ജനങ്ങൾക്ക വേണ്ടി ആത്മാർത്ഥമായി പണിയെടുക്കുന്നതെന്ന് കൃത്യമായി ഓഡിറ്റ് ചെയ്യപ്പെടുന്നുണ്ട്. ഇന്നലെ പറഞ്ഞതൊക്കെയും ഇന്ന് വിഴുങ്ങാനാകുന്ന കാലമല്ല ഇത്. പഴയതും പുതിയതുമൊക്കെ ഓരോരുത്തരുടെ കയ്യിലുണ്ട്. അവരത് മറിച്ചും തിരിച്ചും കണ്ടും കേട്ടുമിരിക്കുന്നുണ്ട്. നാടിന്റെ ആവശ്യമെന്തെന്നും അതിനുവേണ്ടി മുന്നിട്ടിറങ്ങുന്നവർ ആരൊക്കെയെന്നും വെടിപ്പോടെ തിരിച്ചറിയുന്നുമുണ്ട്. പണിയെടുക്കുന്നവർക്കൊപ്പം ജനം നിൽക്കും. അല്ലാത്തവരോട് മാറി നിൽക്കാൻ പറയും. അങ്ങനെയായിരിക്കും ഇനിയുള്ള കാലം.

പറയുന്നതും ചെയ്യുന്നതും വെളിവോടെയല്ലെങ്കിൽ സ്വയം അപഹാസ്യരാകുന്നതോടൊപ്പം മലർന്ന് കിടന്ന് തുപ്പുന്നതിന് സമാനമാവുകയും ചെയ്യും.

പ്രകടനങ്ങൾക്കും പൊതുയോഗങ്ങൾക്കും കാണാതിരുന്ന പുതിയ തലമുറയെ അരാഷ്ട്രീയക്കാരായാണ് ചാപ്പ കുത്തിയിരുന്നത്. എന്നാൽ അവരങ്ങനെയല്ലെന്ന് പ്രളയവും, പൗരത്വ പ്രതിഷേധവും, നിപ്പയും, ഓഖിയും തെളിയിച്ചു. രാഷ്ട്രീയ പാർടികളുടെ പൊതുയോഗങ്ങളിലും പ്രകടനങ്ങളിലും കാണാത്ത മുഖങ്ങളുടെ നീണ്ട നിരയെയാണ് നാട് പ്രതിസന്ധി നേരിട്ടപ്പോൾ കണ്ടത്. സ്വയം സന്നദ്ധമായാണ് അവർ രംഗത്തിറങ്ങിയത്. ജീവൻ പണയപ്പെടുത്തിയാണ് മറ്റുള്ളവർക്കു വേണ്ടി നിന്നത്. രാഷ്ട്രത്തിനും, രാഷ്ട്രത്തിലുള്ളവർക്കുമായുള്ള പ്രവർത്തനത്തെ അവർ രാഷ്ട്രീയമായി കണ്ടു. ആരുടേയും ആഹ്വാനത്തിന് കാത്തു നിൽക്കാതെയാണ് തെരുവിലിറങ്ങിയത്. പ്രളയകാലത്ത് സഹജീവികൾക്കുവേണ്ടിയുള്ള കൈത്താങ്ങായിരുന്നു അത്. പൗരത്വ പ്രതിഷേധത്തിൽ നിലനിൽപ്പിനായുള്ള കരുത്തുറ്റ പോരാട്ടമായി അത് മാറി. നിപ്പയിലും കൊറോണയിലും കരുതലിന്റെ കാരുണ്യം തീർത്തു. ഇങ്ങനെയൊരു ജനസമൂഹത്തിനു മുന്നിൽ രാഷ്ട്രീയ ഇടം ഉറപ്പിക്കാനുള്ള നാടകങ്ങൾ അവതരിപ്പിക്കുന്നവരായി ഉത്തരവാദിത്വപ്പെട്ട രാഷ്ട്രീയ നേതാക്കൾ മാറുന്നത് സ്വയം പരിഹാസ്യരാവുന്നതിനെ വിളിച്ചു വരുത്തുന്നതായിരിക്കും.

സമൂഹത്തെ പൊതുവായി ബാധിക്കുന്ന പ്രശ്നങ്ങളിലുള്ള ഇടപെടലുകളെ തങ്ങളുടെ രാഷ്ട്രീയ നേട്ടത്തിന് ഉപയോഗിക്കാവുന്ന തരത്തിൽ ഫ്രെയിം ചെയ്യുന്നത് തിരിച്ചറിയാൻ ശേഷിയുള്ളവരാണ് ചുറ്റുമുള്ളവർ. പ്രതിസന്ധി ഘട്ടങ്ങളിൽ ആത്മാർത്ഥമായി പ്രവൃത്തിക്കുന്നവരെ ഇകഴ്ത്താൻ ശ്രമിച്ച് രാഷ്ട്രീയ ഇടം കണ്ടെത്തുന്നവരെയും പൊതുജനം തിരിച്ചറിയുന്നുണ്ട്. കക്ഷിരാഷ്ട്രീയത്തിന്റെ പടലപ്പിണക്കങ്ങളോട് താൽപര്യമില്ലാത്തവരാണ് പുതിയ വോട്ടർമാർ. അവർക്ക് കൃത്യമായ രാഷ്ട്രീയമുണ്ട്. അത് വികസനത്തിന്റേതാണ്. ജനക്ഷേമത്തിന്റേതാണ്. സുവ്യക്തമായ നിലപാടിന്റേതാണ്.

നിയമസഭക്കകത്തും പുറത്തുമുള്ള ജനപ്രതിനിധികളുടെ തല്ലുകൂട്ടത്തിന് ഒന്നാന്തരം ഹാസ്യ സിനിമ എന്നതിനപ്പുറത്തേക്ക് യാതൊരു പരിഗണനയും നൽകുന്നില്ല. ആഭാസ വർത്തമാനങ്ങളുടെ കേളീരംഗമായി നിയമസഭാ സമ്മേളനങ്ങൾ അധഃപതിക്കുന്നതിലൂടെ ജനങ്ങൾക്ക് ചിരിക്കാനുള്ള വക നിങ്ങളായിട്ട് ഉണ്ടാക്കി നൽകുകയാണ് ചെയ്യുന്നത്.നൂലിഴ കീറിയ നിയമനിർമാണ ചർച്ചകളേക്കാൾ എന്നും നിയമസഭക്ക് ഇഷ്ടമായിരുന്നത് വാഗ്വാദങ്ങളും പ്രക്ഷുബ്ധതകളുമായിരുന്നു. ജനങ്ങളുടെമേൽ പ്രയോഗിക്കുന്ന ഭൂരിപക്ഷം നിയമങ്ങളുടെയും നിർമാണം നടക്കുന്നത് വൈകാരിക വാക്കുതർക്കങ്ങളിലും

ഇറങ്ങിപ്പോകലുകൾക്കുമിടയിലെ ശൂന്യ നിമിഷങ്ങളിലായിരുന്നു. വിരുദ്ധ താൽപര്യങ്ങളുള്ള ഭരണപക്ഷവും പ്രതിപക്ഷവും സമ്മേളിക്കുന്ന നിയമസഭ പവിത്രമായ ചർച്ചകളുടേയും സംവാദങ്ങളുടേയും ക്ലാസ് മുറിയായിരിക്കുമെന്ന് ആഗ്രഹിക്കേണ്ടതില്ല..

ഭരണപക്ഷം പറയുന്നതിനെയൊക്കെയും എതിർക്കാനുള്ളവരാണ് പ്രതിപക്ഷമെന്ന പരമ്പരാഗത ധാരണക്ക് യാതൊരു മാറ്റവും ഉണ്ടായിട്ടില്ല. എതിർക്കാൻ വേണ്ടി എതിർക്കുകയും വിമർശിക്കാൻ വേണ്ടി വിമർശിക്കുകയും ചെയ്യുന്ന രീതിയോട് പൊതുജനത്തിന് ആഭിമുഖ്യമില്ലെന്നത് തിരിച്ചറിയേണ്ടതാണ്. പൗരത്വ ഭേദഗതി നിയമത്തിനെതിരായ പ്രതിഷേധത്തിൽ ഒരുമിച്ച് സമരം ചെയ്യാൻ ആദ്യ ഘട്ടത്തിലെടുത്ത തീരുമാനത്തിന് ലഭിച്ച പൊതു സ്വീകാര്യതയും പിന്നീട് അങ്ങനെ വേണ്ടെന്ന് വെച്ചപ്പോൾ ഉണ്ടായ പൊതു വിമർശനവും പരിശോധിച്ചാൽ ജനം രാഷ്ട്രീയ നേതൃത്വത്തിൽ നിന്നാഗ്രഹിക്കുന്നതെന്തെന്ന് വ്യക്തമാകും. ഭരണപക്ഷത്തെ പ്രതിപക്ഷം വിമർശിക്കേണ്ടതില്ലെന്ന് ഇതിനർത്ഥമില്ല. ക്രിയാത്മകവും ആരോഗ്യപരവുമായ വിമർശനങ്ങളെയാണ് ജനം ആഗ്രഹിക്കുന്നത്.

രാഷ്ട്രീയത്തിന്റെ അതിപ്രസരത്തോട് വിമുഖത കാണിക്കുന്നവരാണ് പൊതുസമൂഹത്തിലെ വലിയ വിഭാഗം. എന്തിലും ഏതിലും രാഷ്ട്രീയം കാണുകയും അതിനനുസരിച്ച് പ്രതികരിക്കുകയും ചെയ്യുന്നതിനോട് വലിയ ഗൗരവമൊന്നും ആരും കാണിക്കാറില്ല. വീഴ്ച്ചകളെ വീഴ്ച്ചകളായി അംഗീകരിക്കുന്നതിനാണ് മൈലേജ്. തെറ്റുപറ്റിയെന്ന് ഏറ്റുപറയുന്നതിനെ മികവായി കാണുന്നവരാണതികവും. ന്യായീകരണത്തിന്റെ വാറോലകളോട് പരമപുച്ഛവും സഹതാപവുമാണ്. ഓരോ വീഴ്ച്ചയും അതേ തീവ്രതയോടെ ഉൾകൊള്ളാൻ ശേഷിയുള്ളവരാണ് നിങ്ങളെ വീക്ഷിച്ചു കൊണ്ടിരിക്കുന്നതെന്ന തിരിച്ചറിവിലേക്ക് മാറാനായാൽ വീഴ്ച്ചകളോടുള്ള ന്യായീകരണത്തിൽ നിന്ന് ഒരു പരിധിവരെ മാറാനാകും.

പൊതുപ്രവർത്തകർക്കുണ്ടാകേണ്ട ഏറ്റവും സുപ്രധാനമായ തിരിച്ചറിവ്, നിങ്ങൾ ആരുടെ മുന്നിലാണ് നിൽക്കുന്നത് എന്നതാണ്. ആരെയാണ് നിങ്ങൾ അഭിസംബോധന ചെയ്യുന്നത് എന്നതാണ്. ഏത് കാര്യത്തിലും നിങ്ങളേക്കാൾ കൂർമ്മതയുള്ളവരാണ് നിങ്ങളുടെ മുന്നിലുള്ളതെന്ന ബോധ്യത്തിലേക്ക് ഭരണാധികാരികൾക്കും, പൊതുപ്രവർത്തകർക്കും മാറാനാകണം. നിങ്ങൾ പറയുന്നതൊക്കെയും വിശ്വസിക്കുന്നവരാണ് മുന്നിലുള്ളതെന്ന ധാരണ നിങ്ങളെ കൂടുതൽ അപഹാസ്യരാക്കും. വിവരക്കേടിനെ തിരിച്ചറിയാൻ കഴിയുന്നവർക്കു മുന്നിൽ അങ്ങനെ പറയുന്നവരായി ഭരണാധികാരികൾ മാറുന്നത് ജനാധിപത്യ സമൂഹത്തിന് ഭൂഷണമല്ല.

ഏതാനും വർഷങ്ങൾക്കു മുമ്പ് ഒരു പ്രമുഖ ഇംഗ്ലീഷ് ദിനപത്രം ക്ലാസ് റൂമിലെ മാതൃക പാർലിമെന്റിന്റെ പരസ്യം പുറത്തിറക്കിയിരുന്നു. സമകാലിക നിയമനിർമാണസഭകളിൽ അരങ്ങേറുന്ന അക്രമങ്ങളും ആഭാസങ്ങളും അതേപോലെ ചിത്രീകരിച്ച, ജനശ്രദ്ധയാകർഷിച്ച ആ പരസ്യം അവസാനിക്കുന്നത് ഒരു മുന്നറിയിപ്പ് വാചകത്തോടെയാണ്: 'നന്നായി പെരുമാറുക; ചെറുപ്പക്കാർ കണ്ടു കൊണ്ടിരിക്കുകയാണ്''. അത് തന്നെയാണ് ആവർത്തിക്കാനുള്ളത് എല്ലാം ജനം കാണുന്നുണ്ട്.

●

# ആകാശം ഭൂമിയെ പ്രണയിച്ചപ്പോൾ...

ജീവന്റെ നിലനിൽപ്പിന് പ്രപഞ്ചസൃഷ്ടാവ് നിശ്ചിച്ച നൽകിയിട്ടുള്ള ജീവിത ഭാവമാണ് പച്ചപ്പ്. നയന മനോഹരമായ പ്രകൃതിയെ സൗന്ദര്യത്തിന്റെ കൊലുസണിയിക്കുന്നത് പച്ചപ്പിന്റെ ഹൃദ്യതയാണ്. കണ്ണുകൾക്ക് കുളിർമ നൽകുന്നതും, മനസ്സിനെ ആത്മസംതൃപ്തിയുടെ വിശാലതയിലേക്ക് നടത്തുന്നതുമായ പ്രകൃതിയുടെ തനിമ പ്രണയിനിക്ക് സമാനമാണ്. കണ്ടാൽ കൊതിതീരാത്ത, ചേർത്തുനിറുത്താൻ ഹൃദയം തുടിക്കുന്ന ശുദ്ധ സൗന്ദര്യത്തിന്റെ മൂർത്തതയാണ് പ്രകൃതി. കാടും മലയും, കുന്നും പുഴയും അടുക്കിവെച്ച് രൂപകൽപ്പന ചെയ്ത പ്രകൃതിയുടെ രൂപ ഘടന സൃഷ്ടിപ്പിന്റെ വിസ്മയക്കാഴ്ച്ചയാണ്. കതിരണിഞ്ഞ പാടങ്ങൾ, ചാലിട്ടൊഴുകുന്ന നീരരുവികൾ, ശാന്തമായി ഒഴുകി തുടിക്കുന്ന കായലുകൾ, അരഞ്ഞാണം കണക്കെ നീണ്ടു നിവർന്നുകിടക്കുന്ന കനാലുകൾ ഇങ്ങനെ തുടരുന്ന പ്രകൃതിയുടെ ശുദ്ധ സൗന്ദര്യം. കരിങ്കൽ ഹൃദയങ്ങളെപ്പോലും പ്രണയിതമാക്കാൻ പര്യാപ്തമാണ് സൗന്ദര്യത്തിന്റെ ഈ നിറച്ചാർത്ത്.

സൃഷ്ടിപ്പിന്റെ ഒന്നാം ഘട്ടത്തിൽ മനുഷ്യന്റെ നെഞ്ചകത്ത് ഉരുക്കിയൊഴിച്ച മൃദുല വികാരമാണ് പ്രണയം. മാതാപിക്കാളോടും ഭാര്യയോടും മക്കളോടും കാമുകിയോടും സുഹൃത്തിനോടും തോന്നുന്ന പരിശുദ്ധ സ്നേഹത്തിന്റെ സുന്ദര ഭാവത്തിന് പ്രണയമെന്നു പേരിടാം. ജീവിതത്തിന് അർത്ഥം നൽകുന്ന ബന്ധങ്ങൾക്ക് ദൃഢത നൽകുന്നതിനും പ്രണയത്തിന്റെ തീവ്രതയാണ്. മനസ്സിന് നൽകുന്ന സംതൃപ്തിയാണ് പ്രണയത്തെ രൂപപ്പെടുത്തുന്ന സൗന്ദര്യം. ജീവിതത്തിന്റെ ഓരോ ഭാവങ്ങളും മനസ്സുമായി കോർത്തിണക്കപ്പെട്ടിരിക്കുന്നതിനാൽ പ്രണയത്തെ പിച്ചിചീന്താൻ വിവേകമതിൽ തയ്യാറാകില്ല. ജീവിക്കുന്ന കാലമത്രയും പ്രണയിക്കപ്പെടുന്നതിനെ കാത്തുകൊള്ളുന്നവനായിരിക്കും നല്ല മനുഷ്യൻ.

പ്രകൃതിക്ക് കാമുകിയും, സുഹൃത്തും, ഇണയുമാകാൻ പര്യാപ്തമായ മുഴുവൻ ഗുണങ്ങളുമുണ്ട്. ശുദ്ധ സൗന്ദര്യമാണ് ഒന്നാമത്തെ ഗുണം. മറ്റുള്ളവർക്കുവേണ്ടിയാണ് സ്വയം നിലനിൽക്കുന്നതെന്നത് രണ്ടാമത്തെ സവിശേഷത. ജീവന്റെ കേന്ദ്രമാണ് ഹരിതാഭമായ പ്രകൃതിയെന്നത് മൂന്നാമത്തേതും പൊതുവായതുമായ വിശേഷം. ഉള്ളു തുറന്ന് ഇഷ്ടം പറിച്ചു നൽകാൻ ഇതിനുമേൽ യോഗ്യത എന്തുവേണം. ശുദ്ധ പ്രകൃതിയിൽ നിന്നാണ് മനുഷ്യനെ സൃഷ്ടിച്ചിരിക്കുന്നതെന്ന ദൈവിക വാക്യം പ്രകൃതിയും മനുഷ്യനും തമ്മിലുണ്ടാകേണ്ട പൊരുത്തത്തിന്റെ തീവ്രതയെ പ്രകടമാക്കുന്നതാണ്. മണ്ണും മനുഷ്യനുമെന്നത് പരസ്പര പൂരകങ്ങളാകുന്നത് പ്രകൃതിയോടുള്ള പ്രണയത്തിൽ നിന്നാണ്. അനവധി ഗ്രഹങ്ങളിൽ നിന്ന് ഭൂമി വാസയോഗ്യമാക്കപ്പെടുന്നത് പ്രകൃതി പ്രകടമാക്കുന്ന പച്ചപ്പിൽ നിന്നാണ്. ചുവന്ന ചോരയൊഴുകുന്ന ഓരോ ജീവിയുടെയും ജീവന്റെ ഭാഗമായി പച്ച അടയാളപ്പെടുത്തപ്പെടുന്നത് പ്രകൃതിയുടെ നിറമാണ് ഇതെന്നതിലാണ്.

പ്രണയമെന്ന തീവ്ര വികാരത്തെ കാമ വെറിയുടെ വഴിയിലേക്ക് തിരിച്ചു വിടുമ്പോൾ ഞെട്ടറ്റുപോകുന്നത് അനവധി നന്മകളുണ്ട്. ആത്മ ബന്ധമാണ് അതിൽ മുഖ്യസ്ഥാനത്ത് നിൽക്കുന്നത്. ഇഷ്ടമെന്നത് സ്വാർത്ഥതയായി രൂപാന്തരപ്പെടുന്നു. പ്രകൃതിയോടുള്ള പ്രണയവും ഇത്തരത്തിൽ സ്ഥാർത്ഥതയെന്ന ഇഷ്ടമായി മാറ്റപ്പെട്ടിട്ടുണ്ട്. കാമവെറി പ്രണയിനിയെ പിച്ചി ചീന്തിയ പോലെ സ്വാർത്ഥത കലർന്ന ഇഷ്ടം പ്രകൃതിയേയും കിളച്ചുമറിച്ചിരിക്കുന്നു. കണ്ണിമ വെട്ടാതെ നോക്കിയിരുന്നിരുന്ന ശുദ്ധ സൗന്ദര്യമിന്ന് ലാഭക്കൊതിയുടെ പർണ്ണശാലകളായി മാറിയിട്ടുണ്ട്. പച്ചപ്പിനെ വെട്ടി നിരത്തി സ്വാർത്ഥതയെ പടുത്തുയർത്താൻ സ്നേഹ ശോഷണം സംഭവിച്ചവരായി പ്രണയിക്കുന്ന മനസ്സുകൾ മാറിയിരിക്കുന്നു. പ്രകൃതിയെന്ന സൗന്ദര്യം ജീവിക്കുന്ന കാലത്തിനും വരാനിരിക്കുന്ന തലമുറക്കും മതിവരാതെ പ്രണയിക്കാനുള്ളതാണെന്ന വിശാലതയെ സൗകര്യപൂർവ്വം മറന്നിരിക്കുന്നു പുതിയ തലമുറയിലെ ഓരോ കണ്ണികളും.

നേരും, നെറിവും തൊട്ടുതീണ്ടാത്ത പെരുമാറ്റം പ്രകൃതിയെ വികൃതമാക്കിയിരിക്കുന്നുവെന്നത് പുതിയ കാലത്തിന്റെ നേർ ചിത്രം. പ്രകൃതി രമണീയതയെന്നത് കേൽവിയെ ത്രസിപ്പിക്കുന്ന ശബ്ദ പദാവലിയായി ചുരുങ്ങുകയും കാഴ്ച്ചയുടെ മനോഹാരിതയിൽ ഈ വാക്കിന് ഇടമില്ലാതെ പോവുകയും ചെയ്തിട്ടുണ്ട്. പ്രകൃതി കനിഞ്ഞരുളിയ ഭൂമികയിൽ കോൺക്രീറ്റ് കാടുകൾ വിളഞ്ഞു നിൽക്കുന്ന കാഴ്ച്ചയാണ് എങ്ങുമുള്ളത്. ആകാശ ചുംബികളായ കെട്ടിട നിരകൾക്കുമുന്നിൽ കാണ്ണെത്താ ദൂരത്തേക്ക് പോയി മറഞ്ഞത് ആകാശ നീലിമയെ വെല്ലുന്ന പച്ചപ്പിന്റെ ഹൃദ്യതയായിരുന്നു. ജെ സി ബിയുടെ തുമ്പിക്കൈകൾ കിളച്ചുമറിച്ച ഭൂമിയിൽ പ്രകൃതിയോടുള്ള പ്രണയാർദ്രതയുടെ അവസാന ശ്വാസം പോലും ശേഷിക്കുന്നില്ല.

നെൽപാടങ്ങളും, തണ്ണീർ തടങ്ങളും മണ്ണിട്ട് ന്നൂർത്ത മനുഷ്യന്റെ സ്വാർത്ഥത കടലിലും, പുഴയിലും എത്തിനിൽക്കുന്നുവെന്നത് കാണാതെ പോകേണ്ടതല്ല. പ്രകൃതിയുടെ സന്തുലിതാവസ്ഥയെ തന്നെ തകിടം മറിക്കുന്ന തരത്തിൽ കടലും, പുഴയും നികത്തി കെട്ടിടങ്ങൾ ഉയരുന്നത് നിരന്തര കാഴ്ച്ചയാവുകയാണ്.

പ്രകൃതിയുടെ ശാലീനതക്ക് നാം പേരിട്ടു വിളിച്ചിരുന്നത് ഗ്രാമീണതയെന്നായിരുന്നു. പ്രകൃതിയുടെ അടയാളങ്ങളൊക്കെയും ഒത്തുചേരുന്ന ഇടം എന്ന നിലയിലാകാം പച്ചപ്പ് വിളഞ്ഞു നിൽക്കുന്ന നാട്ടുകളെ ഗ്രാമമെന്ന് വിശേഷിപ്പിച്ചത്. ആധുനികതയുടെ വികസന പര്യായങ്ങളൊന്നും എത്തിനോക്കാത്തതുകൊണ്ടുതന്നെ പുതുതലമുറ ഗ്രാമങ്ങളെ വിശേഷിപ്പിച്ചത് പഴഞ്ചന്മാർ എന്ന നിലയിലായിരുന്നു. മനുഷ്യ സഹജമായ അപകർദാബോധം ഗ്രാമങ്ങളെയും ബാധിച്ചതുകൊണ്ടാകാം നഗരത്തിന്റെ വഴിയിലേക്ക് ഗ്രാമീണതയുടെ പരിശുദ്ധത പൂർണ്ണമായി സഞ്ചരിച്ചു തുടങ്ങിയിട്ടുണ്ട്. ഗ്രാമത്തിന്റെ അടയാളമായിരുന്ന കുന്നുകൾ നിരപ്പാക്കപ്പെട്ട മൈതാനങ്ങളും, വയലേലകൾ നികത്തപ്പെട്ട പറമ്പുകളുമായി രൂപാന്തരപ്പെട്ടിരിക്കുന്നു. ആധുനികതയുടെ പളപളപ്പ് ജീവന്റെ അംശമായ മണ്ണിനെ മികച്ചൊരു കച്ചവട ഉൽപന്നമായി കാണാൻ മനുഷ്യനെ പ്രേരിപ്പിച്ചു. കൃഷിയെ രണ്ടാം തരം ഏർപ്പാടായി കാണാൻ തുടങ്ങിയിടത്താണ് നെൽ പാടങ്ങൾ തരിശു ഭൂമികളായി രൂപാന്തരപ്പെട്ടത്.

കടലിലും, കരയിലും മനുഷ്യൻ നടത്തുന്ന കൈകടത്തലുകളാണ് പ്രകൃതിലെ മുഴുവൻ പ്രശ്നങ്ങൾക്കും കാരണമെന്ന് വിശുദ്ധ ഖുർആൻ പറയുന്നു. നൂറ്റാണ്ടുകൾക്ക് മുൻപ് അവതീർണ്ണമായ വേദ ഗ്രന്ഥത്തിലെ ഈ വചനം ഏറ്റവും പ്രസക്തമായി മാറുന്ന കാലയളവ് കൂടിയാണിത്. തള്ളക്കോഴി തന്റെ കുഞ്ഞുങ്ങളെ പരുന്തിന്റേയും മറ്റും ആക്രമണത്തിൽ നിന്ന് രക്ഷിക്കാൻ ചിറകിനടയിൽ ഒളിപ്പിച്ചിരുത്തി സംരക്ഷിക്കുന്നതുപോലെ കൊണ്ടുനടകേണ്ട പ്രകൃതിയെ വേശ്യക്ക് സമാനമായി പിച്ചി ചീന്തുന്ന തരത്തിലേക്ക് മനുഷ്യന്റെ ചിന്ത മാറിയെങ്കിൽ ഈ പാപ ഭാരം ഏറ്റെടുക്കേണ്ടിവരുന്നത് ഭൂമിയിൽ പിറന്നു വീഴാൻ ശേഷിക്കുന്ന മുഴുവൻ തലമുറകളുമാണ്.

സ്വന്തം ആവാസ വ്യവസ്ഥയെ തകർത്തില്ലാതാക്കുന്ന പ്രപഞ്ചത്തിലെ സൃഷ്ടി ജാലങ്ങളിൽ ഏക ഇനം മനുഷ്യൻ മാത്രമായിരിക്കും. ആർത്തിമൂത്ത ചിന്ത നെൽ വയലുകളെ വിമാനത്താവളങ്ങളും, കായൽ നിലങ്ങളെ ഫൈവ് സ്റ്റാർ ഹോട്ടലുകളുമാക്കി മാറ്റിക്കൊണ്ടിരിക്കുന്നു. ഒത്താശ ചെയ്തും ഓശാന പാടിയും ഭരണ വർഗ്ഗങ്ങളും, ഉദ്യോഗസ്ഥ മേലാളന്മാരും ഇവർക്കൊപ്പമുണ്ട്. പ്രകൃതി സൗഹൃദ വികസനമെന്ന ആശയത്തോട് മുഖം തിരിയുന്നവർ കാണാതെ പോകുന്നത് പിറന്നു വീഴുന്ന തലമുറകളെയാണ്. ഇടിച്ചു നിരത്തിയും,

കിളച്ച് മറിച്ചുമുള്ള വികസനമാണ് ആകർഷകമെന്ന ധാരണയിൽ നിന്ന് സർക്കാറുകളെങ്കിലും പിന്നോട്ടുപോകേണ്ടതുണ്ട്. ജൈവ സമ്പത്തെന്ന പ്രകൃതിയുടെ വരദാനത്തെ ഇല്ലായ്മ ചെയ്ത് ഉയർന്നു പൊങ്ങുന്ന കോൺക്രീറ്റ് വികസനം ആർക്കുവേണ്ടിയെന്ന ചിന്ത രൂപപ്പെടേണ്ട കാലം കൂടിയാണിത്.

ഒരു മരം വെട്ടിമാറ്റുമ്പോൾ തണലിടം മാത്രമല്ല ഇല്ലാതാകുന്നത്. ആയിരകണക്കിന് പറവകളുടെ ആവാസ കേന്ദ്രം കൂടിയാണ് നിലം പതിക്കുന്നത്. മരത്തിലെ ചില്ലകളും, കായ്ഫലങ്ങളും പറവ കൾക്ക് കൂടിയുള്ളതാണ്. പ്രകൃതിയുടെ ഓരോ ശാഖകളും വിത്യസ്ത ജീവികളുടെ ആവാസ വ്യവസ്ഥയാണ്. അവർ പ്രകൃതിയെ അതിരുക ളില്ലാതെ പ്രണയിക്കുന്നതിനാലാണ് മനുഷ്യ കരങ്ങൾക്കപ്പുറത്തുള്ള പ്രകൃതി വിഭവങ്ങൾ കേടു പാടുകളില്ലാതെ ഇന്നും നിലനിൽക്കുന്നത്. പ്രണയത്തിൽ വഞ്ചന ചേർക്കാത്ത ഇവർ പ്രകൃതിയോട് അതിക്രമം കാണിക്കാറില്ല. ഓരോ കുന്നുകൾ ഇടിച്ചു നിരത്തുമ്പോഴും, വയലുകൾ ഓരോന്നും മണ്ണിട്ട് നികത്തി അപ്രത്യക്ഷമാകുമ്പോഴും മനുഷ്യൻ ചെയ്തു കൂട്ടുന്നത് അതിരുകളില്ലാത്ത വംശഹത്യയാണ്. പാടത്തെ കീടങ്ങളും, കുന്നുകളിലെ ഇഴ ജാലങ്ങളുമാണ് മനുഷ്യന്റെ അതിക്ര മത്തിനൊപ്പം നശിച്ചില്ലാതാകുന്നത്.

വരാനിരിക്കുന്ന കാലത്തിനുവേണ്ടി പ്രകൃതിയെ പ്രണയിക്കാൻ പുതിയ തലമുറയെ പഠിപ്പിക്കേണ്ടതുണ്ട്. വക്രതയില്ലാത്ത പ്രണയം പ്രകടിപ്പിക്കാൻ അവർക്കാകണം. കഴിഞ്ഞ തലമുറ കാണിച്ച കൊടും വഞ്ചനക്ക് പ്രണയിതമായ സ്നേഹവായ്പ്പോടെ പ്രായശ്ചിത്തം ചെയ്യാൻ നമ്മുടെ മക്കൾക്കാകണം. കൈകാലുകൾ വെട്ടിമുറിച്ചും, ശരീരഭാഗങ്ങൾ ചൂഴ്ന്നെടുത്തും വികൃതമാക്കപ്പെട്ട പ്രകൃതിയെ ഉറ്റ ചങ്ങാതിയായി സ്വീകരിക്കാൻ ഇവർക്കാകണം. മണ്ണിൽ പണി യെടുക്കുന്നവർ മണ്ണിന്റെ മക്കാളാണെന്ന സ്വത്ത ബോധം പുതിയ തലമുറക്കുണ്ടാകണം. ആധുനികതയുടെ നിറപ്പകിട്ടിലുള്ള വികസന വിചാരങ്ങൾക്ക് പകരം പച്ചപ്പിൽ ഊന്നിയുള്ള വികസന ചിന്തകൾ മനസ്സിൽ ഇടം കണ്ടെത്തണം. മനുഷ്യരാശിയുടെ നാശത്തിന് കുഴികൾ തോണ്ടുന്ന കരങ്ങളെ പിടിച്ചു വെക്കാൻ ഇനിയും വൈകിയാൽ തലമുറകളോട് ചെയ്യുന്ന പൊറുക്കാത്ത പാപമായി അതുമാറും.

ഒരു മരം നട്ടുവളർത്തുകയെന്നതിനെ മരണശേഷവും ലഭിക്കുന്ന പുണ്യമായാണ് മുഹമ്മദ് നബി പരിചയപ്പെടുത്തിയത്. ആ മരത്തി ലുണ്ടാകുന്ന ഫലം ഒരു പറവ ഭക്ഷിക്കുമ്പോൾ മരം നട്ടയാൾക്ക് അത് പുണ്യമായി ലഭിച്ചുകൊണ്ടിരിക്കുമെന്നും പ്രവാചകൻ പഠിപ്പിക്കുന്നു. ഭൂമിയിൽ നടാനുള്ള മരത്തൈയ്യുമായി പോകുന്നതിനിടെ അന്ത്യനാൾ വന്നെത്തുന്നുവെങ്കിൽ ആ മരം നട്ടശേഷമായിരിക്കണം മുന്നോട്ടു

നടക്കേണ്ടതെന്നും പ്രവാചകൻ മുഹമ്മദ് നബി വിശദീകരിക്കുന്നു. പ്രകൃതി സംരക്ഷണത്തിന് മതം നൽകുന്ന പ്രാധാന്യവും പ്രോത്സാഹനവും വ്യക്തമാക്കുന്നതാണ് ഈ വചനങ്ങൾ.

പുഴകളെ മണൽ ഫാക്ടറികളും, കടലിനെ നിർമ്മാണ കേന്ദ്രങ്ങളും, പാടശേഖരങ്ങളെ പറമ്പുകളുമാക്കി മാറ്റുന്നവർ തങ്ങൾ ചെയ്യുന്നതെന്തെന്ന് തിരിച്ചറിയാത്തവരായിരുന്നു. അവരുടെ ചെയ്തികൾ ചുറ്റുപാടുകൾക്കുണ്ടാക്കിയ ദുരന്തം അവർ അറിയുന്നില്ല.

●

# വെറുപ്പിന്റെ കാലത്ത് നമ്മൾ ചെയ്യേണ്ടത്

*"മണ്ണിനടിയിൽ വേരുകൾ*
*കൊണ്ട് കെട്ടിപ്പിടിക്കുന്ന*
*ഇലകൾ തമ്മിൽ തൊടുമെന്ന്*
*ഭയന്ന് അകറ്റി നാം നട്ടമരങ്ങൾ...."*

രാജ്യത്ത് ഭിന്നിപ്പിന്റെ രാഷ്ട്രീയം ഉഗ്രരൂപം പ്രാപിക്കുകയാണ്. പാരമ്പര്യത്തേയും പൈതൃകത്തേയും അടിച്ചമർത്തി വിയോജിപ്പിന്റെ മേഖലകളെ ശക്തിപ്പെടുത്തുകയാണ്. അകൽച്ചയുടെ വഴികൾക്ക് ആക്കം കൂട്ടുന്ന തരത്തിൽ അതിക്രമത്തിന്റെ പ്രത്യയശാസ്ത്രം അടിച്ചേൽപ്പിക്കുന്നു. ഇത് ഇപ്പോൾ അവസാനിപ്പിച്ചില്ലെങ്കിൽ, ഇന്ത്യ കെട്ടിപ്പടുത്ത ജനാധിപത്യ മൂല്യങ്ങൾ സംരക്ഷിക്കാൻ മറ്റൊരു അവസരം ഉണ്ടായെന്നു വരില്ല. നിരവധി തത്ത്വങ്ങൾ ഉൾക്കൊള്ളുന്ന സങ്കീർണ്ണമായ ഒരു സിദ്ധാന്തമാണ് ഫാസിസം. സ്വാതന്ത്ര്യം, പുരോഗതി, സമത്വം തുടങ്ങിയ മൂല്യങ്ങളേക്കാൾ പോരാട്ടം, മേൽക്കോയ്മ, നേതൃത്വം, വീരാരാധന, യുദ്ധം തുടങ്ങിയവയെ ഫാസിസ്റ്റുകൾ ഉയർത്തിപ്പിടിക്കുന്നു. തന്റെ രാജ്യത്തിനുവേണ്ടി നിശ്ചയദാർഢ്യത്തോടെയും ആത്മാഭിമാനത്തോടെയും നിലകൊള്ളുന്നുവെന്ന് അവർ വിശ്വസിക്കുന്ന ഒരു നേതാവിനെ കേന്ദ്രീകരിച്ചാണ് ഫാസിസം വർത്തിക്കുക. ഈ നേതാവിനെ ചോദ്യം ചെയ്യാതെ അന്ധമായി പിന്തുടരണമെന്ന് അവർ വിശ്വസിക്കുന്നു.

അസഹിഷ്ണുതയുടെ മൂർത്തത സകല മേഖലകളേയും ആവാഹിച്ചുകൊണ്ടിരിക്കെ മനുഷ്യത്വ ചേരിക്ക് ഉറക്കമുണരാനും മൗനം വെടിയാനും സമയമായിരിക്കുന്നു.

ബഹുസ്വരതയെ സ്നേഹവാത്സല്യങ്ങളോടെ കൊണ്ടു നടക്കുന്ന നാടെന്ന ഖ്യാതിയാണ് ഇന്ത്യയെന്ന മഹാരാജ്യത്തെ വേറിട്ടതും വിത്യസ്തവുമാക്കുന്നത്. ഭാഷയും മതവും ജാതിയുമൊക്കെ വിത്യസ്ത മായിരുന്നിട്ടും ഇന്ത്യയെന്ന വികാരത്തേയും മനുഷ്യനെന്ന സ്നേ ഹത്തേയും വിഭാഗീയതയില്ലാതെ ഒരുപോലെ കൊണ്ടു നടക്കാൻ നമുക്കായിരുന്നു. രാജ്യത്തിന്റെ ബഹുസ്വരതയിലുള്ള ഏകത്വമാണ് ലോകത്തിനുമുന്നിൽ നമ്മെ തലയെടുപ്പോടെ നിലനിർത്തിയത്. മതേതരത്വമെന്ന വിശാലതയെ ചവിട്ടിമെതിച്ച് തകർത്തില്ലാതാ ക്കാനുള്ള ഗവേഷണപരമായ ഗൂഢാലോചനയുടെ പ്രായോഗിക ഘട്ടമാണ് രാജ്യത്തിപ്പോൾ അരങ്ങു തകർക്കുന്നത്.

ഫാസിസ്റ്റുകൾക്ക് തങ്ങൾ എതിർക്കുന്ന കാര്യങ്ങളിൽ വ്യക്ത തയുണ്ടെങ്കിലും, നിലകൊള്ളുന്നത് എന്തിനുവേണ്ടിയാണെന്നതി നെക്കുറിച്ച് അവ്യക്തരാണ്. അവരുടെ എതിർപ്പ് ഒരു പാർട്ടിക്കോ പ്രത്യയശാസ്ത്രത്തിനോ ശത്രുരാജ്യത്തിനോ നേരെയാകാം.

ഒരു ഫാസിസ്റ്റ് നേതാവ് എപ്പോഴും ബൗദ്ധികതയ്ക്ക് എതിരായി രിക്കും. അവർ എല്ലായ്പ്പോഴും ബൗദ്ധിക ജീവിതത്തെ വിലകുറച്ച് കാണാനും വികാരങ്ങളും സഹജവാസനകളും ഉപയോഗിച്ച് പ്രശ്ന ങ്ങൾ പരിഹരിക്കാനും ശ്രമിക്കും. ഇത് വിശദീകരിക്കുന്നതിനുള്ള ഏറ്റവും മികച്ച ഉദാഹരണമാണ് നോട്ടു നിരോധനത്തിനിടെയുണ്ടായ ചില സംഭവ വികാസങ്ങൾ . 2016 നവംബർ 8 ന് ഇന്ത്യയിൽ നോട്ടു നിരോധനം നടത്തിയപ്പോൾ എല്ലാ പ്രമുഖ സാമ്പത്തിക വിദഗ്ധരും ഇതിനെതിരായിരുന്നു. വാസ്തവത്തിൽ, ഒരു പ്രമുഖ സാമ്പത്തിക ശാസ്ത്രജ്ഞനായ ഡോ. മൻമോഹൻ സിംഗ് ഇതുമൂലം സാമ്പത്തിക വ്യവസ്ഥയിൽ ഉണ്ടാകാവുന്ന പ്രത്യാഘാതങ്ങളെക്കുറിച്ച് വിശദീകരി ച്ചിരുന്നു. എന്നാൽ പ്രധാനമന്ത്രി അദ്ദേഹത്തെ പാർലമെന്റിൽ വച്ച് പരിഹസിക്കുകയാണ് ഉണ്ടായത്. മുൻ റിസർവ് ബാങ്ക് ഗവർണറും മറ്റ് പ്രമുഖ സാമ്പത്തിക വിദഗ്ധരും ഈ പ്രശ്നങ്ങളെക്കുറിച്ച് സൂചിപ്പിച്ചിരുന്നെങ്കിലും പ്രധാനമന്ത്രി അവരുടെ അഭിപ്രായങ്ങളെ യും മാനിച്ചില്ല. കുറച്ച് ദിവസങ്ങൾക്ക് ശേഷം ഒരു പൊതുയോഗ ത്തിൽ വെച്ച് വികാരാധീനനായി, താൻ തന്റെ കുടുംബത്തെപ്പോലും രാഷ്ട്രത്തിനായി മാറ്റിനർത്തിയെന്നും, ഇത് തെറ്റാണെങ്കിൽ തന്നെ ജീവനോടെ തീവച്ചുകൊള്ളു എന്നും പ്രസ്താവിച്ചു. തെറ്റുകൾ വികാര പ്രകടനങ്ങൾ കൊണ്ട് മറച്ചുവെക്കാൻ ശ്രമിക്കുന്നതിന്റെ വ്യക്തമായ ഉദാഹരണമായിരുന്നു അത്. സാധാരണ ജനങ്ങളുടെ എതിർപ്പുകളെ ഇത്തരത്തിലുള്ള തന്ത്രങ്ങളിലൂടെ ഇടയ്ക്കിടെ മറികടന്നെങ്കിലും പൊതുജനം ഇത് തിരിച്ചറിഞ്ഞില്ല.

രാജ്യത്തിന്റെ ചരിത്രത്തേയും പൈതൃകത്തേയും തങ്ങളുടെ വിചാരങ്ങൾക്കനുസൃതമായി ചിട്ടപ്പെടുത്തുകയെന്നതാണ് പ്രഥമ

അജണ്ടയായി ഫാസിസ്റ്റുകൾ ഏറ്റെടുക്കുന്നത്. പാഠപുസ്തകങ്ങളിലെ ചരിത്ര വസ്തുതകൾക്കുമേൽ കടന്നു കയറ്റമുണ്ടായത് ഇതിന്റെ ഭാഗമായിട്ടായിരുന്നു. ഗവേഷണാത്മകമായ ചരിത്ര രചനകളിൽ വേറിട്ട ശബ്ദം ഉയരുമ്പോൾ അതിനെ സമ്പൂർണ്ണ സംഹാരത്തോടെ കൈകാര്യം ചെയ്യാനായിരുന്ന ഫാസിസ്റ്റുകൾ ശ്രമിച്ചത്. നേരിനൊപ്പമുള്ള എഴുത്തിനേയും വസ്തുതാപരമായ വിശകലനങ്ങളേയും എന്നും ഭയപ്പെട്ടിരുന്ന ഫാസിസ്റ്റുകൾ തങ്ങൾക്കുവേണ്ടി പേനയുന്തുന്ന കൂലിയെഴുത്തുകാരെ സൃഷ്ടിക്കാനാണ് ഭൂമികയൊരുക്കുന്നത്. ഇതിന് അപവാദമായി നിൽക്കുന്നവരെ സംഹരിക്കുകയെന്ന തീരുമാനത്തിൽ നിന്നാണ് പൻസാരെ മുതൽ ഗൗരിലങ്കേഷ് വരെയുള്ളവർ ഇരകളാക്കപ്പെട്ടത്. ഇത് ഇനിയും തുടരുമെന്ന മുന്നറിയിപ്പും ഭീഷണിയും നിലനിൽക്കുകയാണ്.

യുവാക്കളുടെ ചോദ്യം ചെയ്യാനുള്ള വിമുഖതയാണ് ഫാസിസ്റ്റ് ആശയങ്ങൾ ഇന്ത്യയിൽ തഴച്ചുവളരാനുള്ള പ്രധാന കാരണം. 2019 ലെ പൗരത്വ ഭേദഗതി നിയമത്തിന് മുമ്പ് സർക്കാർ എടുത്ത മിക്ക തീരുമാനങ്ങളും പൊതുജനങ്ങളാൽ ചോദ്യം ചെയ്യപ്പെടാതെ നടപ്പിലാക്കപ്പെട്ടു. ചെറിയ ഗ്രൂപ്പുകൾ ഇടയ്ക്കിടെ ചോദ്യങ്ങൾ ഉന്നയിക്കുന്നുണ്ടെങ്കിലും അത് ഒരിക്കലും വലിയ തോതിൽ നടന്നിരുന്നില്ല.

മുതിർന്നവരെ ചോദ്യം ചെയ്യാനോ പല കാര്യങ്ങളിലും ഇടപെടാനോ നാം കുട്ടികളെ പ്രോത്സാഹിപ്പിക്കാറില്ല. വളർന്ന് ഉത്തരവാദിത്തപ്പെട്ട പൗരന്മാരാകുമ്പോൾ, അവർ ഒരു നേതാവിനെ അന്ധമായി പിന്തുടരുന്നു. ഇത്തരം വിഷയങ്ങൾ അവരുടെ ജീവിതത്തെ ബാധിക്കുന്നേയില്ലെന്ന് പറഞ്ഞ് രാഷ്ട്രീയ ചർച്ചകളിൽ നിന്ന് ഇവർ പിന്മാറുകയും ചെയ്യുന്നു. ഈ ഘടകങ്ങളെല്ലാം ഫാസിസത്തിന് വഴിയൊരുക്കിയെന്നുവണം വിലയിരുത്താൻ.

മേൽപ്പറഞ്ഞ സാഹചര്യങ്ങൾ ഉപയോഗപ്പെടുത്തുന്ന ഒരു നേതാവ് ക്രമേണ സ്വേച്ഛാധിപതിയായിത്തീരുന്നു.

എതിരഭിപ്രായങ്ങളെ സംഗീതം പോലെ ശ്രവിക്കണമെന്നത് ബഹുസ്വര സമൂഹത്തിൽ അനിവാര്യമായി ഉണ്ടാകേണ്ടതാണ്. ഏക സ്വരതിയിലേക്ക് രാജ്യത്തെ പറിച്ചുനടാൻ ശ്രമിക്കുന്നവർ അസഹിഷ്ണുതക്കുമേൽ കർസേവയാണ് നടപ്പാക്കപ്പെടുന്നത്. സാമൂഹ്യജീവിതത്തിന്റെ പുരോഗതിക്ക് ആവശ്യമായ ഒരു വ്യവസ്ഥയായി പോരാട്ടത്തെ ഫാസിസ്റ്റുകൾ കരുതുന്നു. പോരാട്ടത്തെ പുരോഗതിയുടെ ആവശ്യകതയായി കരുതുന്ന ഒരേയൊരു പ്രത്യയശാസ്ത്രവും ഫാസിസം തന്നെയായിരിക്കും. പ്രധാനമന്ത്രി മോദി ഈ പോരാട്ടത്തെ വികാരങ്ങളുമായി സംയോജിപ്പിച്ച് തന്റെ പ്രവൃത്തികളെ ന്യായീകരിക്കുന്നു. നോട്ടു നിരോധനത്തിന്റെ പ്രത്യാഘാതങ്ങൾ ജനങ്ങളെ ബാധിച്ചപ്പോൾ, പ്രധാനമന്ത്രി രാജ്യത്തെ

വൈകാരികമായി അഭിസംബോധന ചെയ്യുകയും മെച്ചപ്പെട്ട രാജ്യത്തിനായി 50 ദിവസത്തെ പോരാട്ടത്തിന് ഭാഗമാവാൻ ജനങ്ങളെ പ്രേരിപ്പിക്കുകയും ചെയ്തു. അദ്ദേഹത്തിന്റെ അനുയായികളാവട്ടെ, അതിർത്തി കാക്കുന്ന സൈനികരുടെ പോരാട്ടത്തോട് ഈ അവസ്ഥയെ താരതമ്യപ്പെടുത്തി തങ്ങളുടെ നേതാവിനെ പിന്തുണച്ചു. ഇന്ത്യൻ ജനതയെ സംരക്ഷിക്കാൻ അതിർത്തിയിൽ നിന്ന് കഷ്ടത അനുഭവിക്കുമ്പോൾ ഇന്ത്യയുടെ നല്ല ഭാവിക്കായി എന്തു കൊണ്ട് ക്യൂവിൽ നിന്നു കൂടാ എന്നായിരുന്നു അവരുടെ ചോദ്യം. പിന്നീട് ജിഎസ്ടി നടപ്പാക്കുമ്പോഴും ഇത്തരം സഹനങ്ങൾക്കുവേണ്ടിയുള്ള ആഹ്വാനം ആവർത്തിക്കുകയുണ്ടായി.

ഫാസിസത്തിന്റെ കരാളത സമ്പൂർണ്ണതയിലെക്കെത്തിക്കാൻ സംഘപരിവാർ ശക്തികൾക്ക് തടസ്സമായി നിൽക്കുന്നത് ഇന്ത്യൻ ഭരണഘടനയാണ്. മതസ്വാതന്ത്ര്യവും അഭിപ്രായ സ്വാതന്ത്ര്യവും മൗലിക അവകാശങ്ങളായി ഭരണഘടനയിൽ നിലനിൽക്കുന്നിടത്തോളം ഹിറ്റ്ലർ, മുസോളനി വഴിയിലേക്ക് രാജ്യത്തെ മാറ്റിക്കെട്ടാനാവില്ല. ഭരണഘടന പൊളിച്ചെഴുതുകയെന്ന സാഹസം അത്രയെളുപ്പമല്ലെന്ന ബോധ്യം ഉള്ളതുകൊണ്ടു തന്നെയാണ് അസഹിഷ്ണുതയുടെ അടയാളങ്ങൾ രാജ്യത്ത് ശക്തിപ്പെടുത്താൻ ശ്രമിക്കുന്നത്. ഗുലാം അലിയെ രാജ്യത്ത് പാടാൻ അനുവദിക്കാതെയും, അന്യരാജ്യക്കാരെ ഇന്ത്യൻ സിനിമയൽ അഭിനയിക്കാൻ തടസ്സം സൃഷ്ടിച്ചും അസഹിഷ്ണുതയുടെ പാരമ്യം ഇവർ പ്രകടിപ്പിച്ചു കഴിഞ്ഞു.

ഫാസിസത്തെ പ്രതിരോധിക്കാൻ കളങ്കമില്ലാത്ത മനുഷ്യത്വത്തിനു മാത്രമെ സാധിക്കൂവെന്നതാണ് കഴിഞ്ഞ കാല അനുഭവപാഠം. രാജ്യത്ത് അസഹിഷ്ണുതയുടെ രാഷ്ട്രീയം വേരുറപ്പിക്കുമ്പോൾ തന്നെ പ്രതിരോധത്തിന്റെ തിരിനാളങ്ങൾ പ്രകടമായി തുടങ്ങിയിട്ടുണ്ട്.

ഫാസിസത്തിന്റെ കടന്നു കയറ്റത്തെ തടയിടാൻ സഹായകമാകുന്ന തരത്തിലായിരിക്കണം മതേതര മനസ്സുകളുടെ ഓരോ ഇടപെടലും ഉണ്ടാകേണ്ടത്. ഒന്നിച്ചിരിക്കാനുള്ള വേദികൾ ഫാസിസത്തിന് എന്നും അരോചകമാണ്. വഴി പിരിയലിന്റെ സാധ്യതകൾ തേടി പോകുന്ന അവർക്കുമുന്നിൽ അകലാൻ ഞങ്ങൾക്കു മനസ്സില്ലെന്ന പ്രഖ്യാപനമാണ് എല്ലാമതത്തിന്റേയും നിഷ്ക്കളങ്കരായ വിശ്വാസികളിൽ നിന്നുണ്ടാകേണ്ടത്. യോജിപ്പിന്റെ വഴികളെ കുറിച്ച് വിശ്വാസികൾ മൗനം വെടിയേണ്ടുന്ന അനിവാര്യ ഘട്ടമാണിത്. നമുക്കുമുന്നിലെ തെരഞ്ഞെടുപ്പുകളും വോട്ടവകാശവും ഫാസിസത്തിനെതിരായ പ്രതിരോധത്തിനാണ് വിനിയോഗിക്കുന്നതെന്ന ഉറപ്പ് സ്വയം വരുത്തേണ്ടതുണ്ട്. നിഷ്ക്കളങ്കരും വിവേകമതികളുമായ മത വിശ്വാസികളുടേയും മതേതര പ്രസ്ഥാനങ്ങളുടേയും കൂട്ടായ്മ ഉയർന്നുവരണം. തീവ്രവാദവും വർഗ്ഗീയതയും ഫാസിസത്തിന്റെ

ഭാഗമായി ഉപയോഗിക്കുന്നവരെ തള്ളിപ്പറയാനും അതിരുകെട്ടി അകലെ നിറുത്താനും അതാത് മതവിഭാഗങ്ങളിൽ നിന്ന് പ്രതികരണങ്ങൾ ഉണ്ടാകണം. മതസംഘടനകൾ ഫാസിസത്തിനെതിരായ കൂട്ടായ്മകൾ ശക്തിപ്പെടുത്തുന്നതിന് ക്രിയാത്മക കാമ്പയിനുകൾ സംഘടിപ്പിക്കേണ്ടതുണ്ട്. സാംസ്കാരിക പ്രവർത്തകരുടേയും എഴുത്തുകാരുടേയും നിരന്തര പ്രതികരണങ്ങൾ അസഹിഷ്ണുതയുടെ രാഷ്ട്രീയത്തിനെതിരെ രൂപപ്പെടണം.

രാജ്യത്തെ ഇതര സംസ്ഥാനങ്ങൾ ഫാസിസത്തിന്റെ കടന്നുകയറ്റത്തിന് വേദിയാകുമ്പോൾ കേരളം ഇതിനെ കാഴ്ച്ചക്കപ്പുറത്ത് നിറുത്തുന്നത് മതേതര ചേരിയുടെ ശക്തി ക്ഷയിക്കാത്തതിനാലാണ്. വിവിധ രൂപത്തിലും ഘടനയിലും അസഹിഷ്ണുതയുടെ രാഷ്ട്രീയ ചേരി സംസ്ഥാനത്ത് വേരുറപ്പിക്കാൻ ശ്രമം നടത്തികൊണ്ടിരിക്കെ അതിനെതിരായ മതേതര പ്രതിരോധം ശക്തിപ്പെടുത്താൻ നമുക്ക് മുന്നിലെ അവസരങ്ങൾ പ്രയോജനപ്പെടുത്തേണ്ടതുണ്ട്.

●